வீதி விளக்கின் வெளிச்சங்கள்

நூல் தொகுப்பு ஆசிரியர்:

திருமதி. இராணி செல்வராஜ்,

வாசகர் வட்ட தலைவர், நேரு கிளை நூலகம்,
பெரிய காஞ்சிபுரம்.

தி விளக்கின் வெளிச்சங்கள்

தொகுப்பாசிரியர்: திருமதி. இராணி செல்வராஜ்

முதல் பதிப்பு : ஜனவரி 2024

வெளியீட்டு எண் : 152

வெளியீடு: அறம் பதிப்பகம்

Veethi Vilakkin Velichangal

Editor: Mrs, Rani Selvaraj ©

First Edition: January. 2024

Published by: Aram Publication
Address: No, 3/582. Mullai street.
Kasthuribai nagar. Mullipattu village & post
Arani Taluk - 632 316
Tiruvannamalai Dt. Tamil nadu
Contact Cell No: 9150724997
e-mail: arampublication50@gmail,com

Designer: G, Murugan

ISBN: 978-93-91480-87-5

Pages: 64. Price: Rs,80

நல்நூலகர் **இரா.பூபதி**., B.A.,M.L.T.B.,
கிளை நூலகம், கோவிந்தவாடி,
காஞ்சிபுரம் மாவட்டம்.

வழிகாட்டி ஆசிரியரின்
வாழ்த்துரை

"ஒரு கருத்தை எடுத்துக்கொள், அதைப்பற்றியே சிந்தித்துக் கொண்டிரு. அதைப் பற்றியே பேசு, வெற்றிக்கிட்டும் வரை ஓயாதே! விரைந்து செயல்படு!" என்ற சுவாமி விவேகானந்தரின் எண்ணங்களுக்கு ஏற்பவே நூல் ஆசிரியை. திருமதி. இராணி செல்வராஜ் அவர்களின் பணி இருக்கும் என்பது மறுக்க இயலாத பேருண்மையாகும். எடுத்த காரியம் முடியும்வரை அதே சிந்தனையில் இருப்பவர்.

தமிழ் எழுத்தின் மீது ஆசிரியை அவர்களுக்குள்ள ஆர்வத்தினால் "எழுதுக இயக்கம்" மூலம் இந்த நூல் வெளிவந்துள்ளது. "வீதி விளக்கின் வெளிச்சங்கள்" என்னும் இந்நூல் இவ்வுலகில் நடைபெற்ற செயல்கள் பற்றியும், உயிரினங்கள் பற்றியும், புதுமை படைப்புகள் பற்றியும், நூல் ஆசிரியர் அவர்கள் பல்வேறு நூல்களில் படித்ததில் சிலவற்றை தொகுத்தளித்துள்ளார்கள்.

நல்ல விதைகள்தான் நன்றாக முளைத்துப் பலன்தரும். அதேபோல் நல்ல கட்டுரைகள், படிப்பவர் மனதில் பதிந்து பயன்தரும். அந்த வகையில் இந்நூலில் தெருவிளக்கு, இடிதாங்கி, தாவரம், மருத்துவம், வரலாறு என பல கட்டுரைகள் மூலம் நல்ல கருத்துகள் விதைக்கப்பட்டுள்ளது.

நூல் ஆசிரியர் அவர்கள் "வாசிப்பை நேசிப்பவர்" மாணவர்களிடையே பாடப்புத்தங்களைத் தாண்டி நூலக வாசிப்பு அவசியம் தேவை என்பதை தன்னுடைய அயராத பணியாக சமூகத் தொண்டாற்றி வருபவர்.

திருமதி. ராணிசெல்வராஜ் அவர்கள் சமுதாய முன்னேற்றத்தில் ஈடுபாடு கொண்ட சிறந்த சிந்தனையாளர் அவர்கள் இது போன்று மக்களுக்கு நன்மை பயக்கும் நூல்களை இன்னும் நிறைய எழுத வேண்டுமென்று ஆவல் கொண்டுள்ளேன்.

நூல் குறிப்பு

புதிதாக ஒரு கோவில் கட்ட வேண்டும் என்ற எண்ணம் நம்முள் மலர்ந்து கனிந்து நம் விருப்பத்தை பெரியவர்களிடம் எடுத்துரைத்தோமானால் அவர்கள் என்ன சொல்வார்கள் தெரியுமா? அரசர்கள் கட்டி வைத்துள்ள கோவில்களில் பலவற்றில் ஒரு கால பூஜை கூட நடைபெறாமல் இருக்கின்றது. ஆங்காங்கே சற்று சிதைந்து இருக்கின்றது. அவற்றை ஊர் கூடி செலவு செய்து செப்பனிட்டு ஆறுகால பூஜை நடத்துவதற்கு ஏற்பாடு செய்தீர்களானால் அதுவே பெரிய புண்ணியம். புதிதாக கோவில் கட்டிய பலனை பெறுவீர்கள். அதற்குண்டான வேலையில் இறங்குங்கள் அதற்கு முதல் பங்காக நான் 5 லட்சம் தருகின்றேன். அல்லது 5000 என்ற அவரவரவர் வசதிக்கேற்ப தந்து நம்மை ஊக்குவிப்பார்கள்.

அதுபோல நம் கனிவு, நம் கற்பனை ஒன்றிரண்டை சேர்த்து அறிவியல், ஆன்மீகம் வரலாறு, மருத்துவம், சமையல் குறிப்பு என்று புத்தகங்களிலிருந்து நாம் கற்று சுவைத்ததை ஒரு நூலாக்கினால் என்ன? என்ற எண்ணத்தின் விளைவு தான் இந்த நூல்.

தன்னுரை

நூலகச் சோலையில் பூத்த மலர்கள் என்னுடைய முதல் புத்தகம். ஆத்மராகம் என்னுடைய இரண்டாவது புத்தகம் இவை இரண்டும் நேரு கிளை நூலகத்தில் வெளியிடப்பட்டது. கலாம் தூவிய விதைகள் என்னுடைய மூன்றாவது புத்தகம் சின்ன காஞ்சிபுரம் அண்ணா நூலகத்தில் வெளியிடப்பட்டது. காஞ்சிபுரம் சட்டமன்ற உறுப்பினர் சி.வி.எம்.பி.எழிலரசன் அவர்கள் வெளியிட்டார். அவருக்கிருந்த எத்தனையோ பணிகளுக்கிடையே அவர் வந்து நூலை வெளியிட்டு சிறப்பித்தது எங்கள் அனைவருக்கும் மகிழ்ச்சி. நகரமன்ற மேயர் மகாலட்சுமி அவர்கள் முதல் பிரதியை பெற்றுக்கொண்டார்கள். இரண்டாம் பிரதியை சி.வி.எம்.அ.சேகர் அவர்கள் பெற்றுக்கொண்டார்கள். துணை மேயர் குமரகுருநாதன் மூன்றாவது பிரதியை பெற்றுக்கொண்டார். மாவட்ட நூலகர் மந்திரம் அய்யா வந்து சிறப்பித்தார். நட்பு அடிப்படையில் எம்.சம்பத் அவர்கள், நல்லோர் வட்டத்தைச் சேர்ந்த சுகுமாரன் அய்யா, கிள்ளிவளவன் தம்பி, சரவணன் தம்பி, உறவு வட்டம், நட்பு வட்டம், நூலகர்கள், பள்ளி மாணவ, மாணவியர், ஆசிரியர்கள் என அனைவரும் தங்கள் பொன்னான நேரத்தை எனக்காக செலவிட்டனர், சிறப்பித்தனர். இவ்வளவு நல்லுள்ளம் படைத்தவர்கள் நூல் வெளியீட்டு விழாவை சிறப்பித்தனர். அதற்கு நன்றிக்கடனாக மற்றொரு நூலை அதையும் சிறப்பாக தொகுத்து எழுதி வெளியிட்டால் தான் அது சிறப்பாக இருக்கும் சரியாக இருக்கும் என்று என் உள் மனம் அறிவுறுத்திக் கொண்டே இருந்தது. திரு. கிள்ளிவளவன் தம்பி அதற்கு ஒரு நல்ல வாய்ப்பை ஏற்படுத்திக் கொடுத்தார். எனக்கு வழிகாட்டி ஆசிரியராக திரு. பூபதிதம்பி அவர்கள் நியமித்தார். அனைத்தும் இறையருள்.

யசோதா டீச்சர்

யசோதா டீச்சர் அவர்கள் சோமசுந்தர கன்னியா வித்யாலயா எஸ்.எஸ்.கே.வி. என்ற பள்ளியில் தலைமை ஆசிரியராக பணிபுரிந்து வந்தார். நானும் அப்பள்ளியில் 6-ஆம் வகுப் பிலிருந்து 11 ஆம் வகுப்பு வரை பயின்றேன். யசோதா டீச்சர் அவர்கள் மிகுந்த கனிவும், கண்டிப்பும் நிறைந்தவர்.

கல்வி, ஒழுக்கம், பக்தி, விளையாட்டு, பாட்டு என அனைத்திற்கும் முக்கியத்துவம் அளித்து சிறந்த பள்ளியாகத் திகழ வைத்தார். அவர் கொடுத்த ஊக்கம் இன்று வரை எங்களுக்கு நாங்கள் ஆற்றும் அனைத்து செயல்களிலும் கைகொடுக்கிறது.

விளையாட்டு ஆசிரியை லீலா அவர்களை மறக்க முடியாது. விளையாட்டு வகுப்பில் விளையாட்டில் கலந்து கொள்ளாமல் ஒரு ஓரமாகப் போய் உட்கார்ந்து விட்டேன். உடனே லீலா டீச்சர் வேடிக்கை பார்ப்பதற்காகவா விளையாட்டு வகுப்பு நடக்கிறது. எழுந்து ஓடு என்று ஓங்கி ஒரு குரல் கொடுத்தார். அந்த தருணம் என் வாழ்வில் மறக்க முடியாத தருணம்.

6ஆம் வகுப்பு ஆசிரியை ருக்மணி அவர்கள் அவரிடம் கல்வி கற்ற அனைவரையும் தன் குழந்தைகள் போல கருதுவார். வகுப்பு ஆசிரியை என்ற பயம் துளி கூட எங்களுக்கு இருக்காது. சிரித்த முகத்துடன் பாடம் நடத்தும் அழகே தனி. ஒரு முறை சினிமா பார்க்கச் சென்ற போது அவரும் வந்திருந்தார். என்னை தன் மடியில் அமர்த்திக்கொண்டு அவர் மகிழ்ந்த, என்னை மகிழ்வித்த தருணம் மறக்க இயலாத தருணம். 7ஆம் வகுப்பு ஆசிரியை

பெயருக்கு ஏற்றார் போல் தங்கம் தான். தங்கம் டீச்சர் அவர் ஒரு வார்த்தை கூட கடுமையாக தன் மாணவிகளிடம் பேச

மாட்டாரே தங்கம் என்றால் தங்கம் என்று மாணவிகள் மத்தியில் பெயரெடுத்தவர்.

8-ஆம் வகுப்பு ஆசிரியை வசந்தா டீச்சர் அவர்கள் கனிவானவர். பாடம் நடத்தும் பொழுது நடத்தும் பாடத்தில் நம் கவனம் முழுவதையும் கருத்தூண்ட செய்து விடுவார்.

9-ஆம் வகுப்பு ஆசிரியை மூன்று மாதம் வகுப்பு நடத்தினார். அதன் பின் மாற்றலாகி சென்று விட்டார். நாங்கள் மற்ற வகுப்பு பிள்ளைகளுடன் இணைந்து கற்க வேண்டிய சூழ்நிலை இருந்தாலும் அதுவும் ஒரு இனிய தருமணமாகத் தான் அமைந்தது.

10-ஆம் வகுப்பு ஆசிரியை சுகிர்தாபாய் அவர்கள் இவருக்கு சிரிக்கத் தெரியுமா, தெரியாதா என்று நாம் எண்ணும்படி முகத்தில் கடுகடுப்புடன் இருப்பார். பாடம் கற்றுக் கொடுப்பதில் சிறந்தவர். வகுப்பு நடக்கும் பொழுது ஒரு மாணவி தான் அணிந்திருந்த டாலர் செயினை உதட்டின் அருகே வைத்திருந்தாள். உடனே ஆசிரியைக்கு வந்ததே கோபம். ஒரு அதட்டு அதட்டினார். அந்த அதட்டு இன்று வரை எங்கள் காதுகளில் ஒலிக்கிறது. டாலர் ஜெயினை முறுக்குவது உதட்டருகே கொண்டு செல்வது என்று எதையும் நாங்கள் செய்வதில்லை.

11-ஆம் வகுப்பு ஆசிரியை பத்மலட்சுமி டீச்சர் பாடம் நடத்துவதில் சிறந்தவர். நீங்கள் எங்கு சென்றாலும் நீங்கள் எடுத்து வைக்கும் முதல் அடி வெகு சிறப்பாக இருக்க வேண்டும். அதற்கு அடுத்தடுத்த அடியும் மிகமிகச் சிறப்பாக இருக்க வேண்டும் என்று எங்கள் மனதின் ஆழத்தில் பதித்தவர்.

ஆனந்தி டீச்சர் வரலாற்று ஆசிரியை மிகவும் சிறப்பாக நடத்துவார். வரலாற்றில் ஆர்வம் இல்லாதவர்களுக்கு கூட ஆர்வம் வந்து விடும். பள்ளி வாழ்க்கை முடிந்து தேர்வு எழுதி முடித்து விட்டு அனைவரும் இல்லத்திற்கு திரும்பும் பொழுது மிகவும் கனத்த இதயத்துடன் பிரிந்தோம். பள்ளி வாழ்க்கை முடிந்து கல்லூரியில் சேரப் போகின்றோம் என்ற ஆனந்தம் மனதின் ஒரு பக்கம் இருந்தாலும் பள்ளி வாழ்க்கை ஒவ்வொருவர் வாழ்விலும் மறக்க முடியாதது.

இன்றும் நாம் கற்ற பள்ளியை பார்க்கும் பொழுது நம் அனைவர் மனதிலும் ஒரு உற்சாகம், ஒரு உத்வேகம் எழுகிறது.

எங்களுடைய பள்ளி வாழ்க்கையை வாசகர்களிடம் பகிர்ந்து கொண்டதில் என் மனம் மட்டற்ற மகிழ்ச்சியில் துள்ளுகிறது.

பல்லவி அனுபல்லவி

இந்த நூல் எழுதுவதற்கான பணியை மே மாதம் 14ஆம் தேதி துவக்கினேன். மே மாதம் 24ஆம் தேதி எழுதி முடித்தாகி விட்டது. ஆக இத்தனை சுறுசுறுப்பு உடலிலும் மனதிலும் ஆண்டவன் எனக்கு கொடுத்திருக்கின்றான் என்பது தான் மறுக்க முடியாத உண்மை.

இருந்தாலும் நான்கு நாட்களுக்கு ஒரு முறை என் உடல் நலம் சரியில்லை என்று பல்லவி பாடுவதை நான் வழக்கமாகிக் கொண்டிருக்கின்றேன் என்பது இதிலிருந்து விளங்குகின்றது. இனி அந்த பல்லவியை நிறுத்துவது தான் என் முதல் கட்டப் பணி.

தமிழ்

தமிழ் தொன்மை வாய்ந்த மொழி இனிமையான மொழி இம்மொழியை பேசும் தமிழர்கள் இம்மொழியை தங்கள் தாய்மொழியாக மட்டும் கருதுவதில்லை. தாங்கள் அனுதினமும் வணங்கும் தங்கள் குலசாமியே இந்தமொழி வடிவில் தான் உள்ளது என்பதை மனதார நம்புபவன் தமிழன்.

தமிழன் என்று சொல்லடா

தலை நிமிர்ந்து நில்லடா

அரிசி அளக்கும்படி

அரிசி அளக்கும் சாதனங்களான படி, அரைபடி, கால்படி, அரைகால்படி, வீசம்படி என அனைத்தும் நம் இல்லத்தில் இருக்க வேண்டும் என்று பெரியவர்கள் கூறுவார்கள். தற்போது அரிசியை டம்ளரில் அளந்து போடுகின்றார்கள். வழக்கத்தை மாற்றுகின்றார்கள். இதனால் யாருக்கு லாபம்? யாருக்கு நஷ்டம்? நமக்குத் தான் நஷ்டம். 2 பேர், 3 பேர் உள்ள குடும்பம் என்றால் அதற்கேற்றார்போல் அரைக்கால் படியில் அளந்து போடப் பழக வேண்டும். காலம் காலமாக இருந்து வந்த நல்ல பழக்கத்தை நாம் மாற்ற வேண்டாமே?

1)அக்னி நட்சத்திரம் நடைபெறும் பொழுது அக்னி நட்சத்திரம் முடியும் வரை விதை நெல் காய வைக்கக்கூடாது. மரத்தின் கிளைகளை வெட்டி கழிக்கக் கூடாது. எதையும் பின்னப்படுத்தக்கூடாது என்று ஜோதிட சாஸ்திர நூல் கூறுகின்றது.

2)சிறுநீரில் இரத்தம் கலந்து வந்தால் அலட்சியமாக இருக்கக்கூடாது. உடனே மருத்துவரை அணுகுவது நல்லது.

3)நூல்களை அதிக அளவில் கற்று அறிய வேண்டும் என்ற எண்ணம் நம் உள்ளத்தில் எழ ஏதாவது ஒரு நூல் உந்துசக்தியாக இருக்கும். எனக்கு உந்துசக்தியாக இருந்த நூல் எண்ணங்கள் இந்த நூலை இயற்றியவர் எம்.எஸ்.உதயமூர்த்தி அவர்கள்.

4)கோஸ் அதிக அளவில் நம் உணவில் சேர்த்து கொண்டால் அதாவது வாரம் இருமுறையாவது சேர்த்துக்கொண்டால் புற்றுநோய் வராமல் நம்மை நாம் காத்துக் கொள்ளலாம்.

5)அதிமதுரம் 1/2 தேக்கரண்டி, சீரகம் 1/2 தேக்கரண்டி, பனைவெல்லம் 1 தேக்கரண்டி இவற்றை ஒரு டம்ளர் அளவு தண்ணீரில் சேர்த்து நன்கு கொதிக்க வைத்து வடிகட்டி குடிக்க வேண்டும். பெண்களுக்கு மாதவிலக்கு நிற்கும் காலத்தில் இதை அருந்த பூரண நலம் கிடைக்கும்.

6)வடவம் தயாரிக்க தேவைப்படும் பொருட்கள் வெங்காயம் 5 கிலோ, பூண்டு 1/2 கிலோ, கடுகு 200 கிராம், வெந்தயம் 50 கிராம், உளுத்தம் பருப்பு (அரை உளுந்து) 1/4 கிலோ, சீரகம் 100 கிராம், விளக்கெண்ணெய் – 150 கிராம்

7) முருங்கைக்கீரை, முருங்கைக்காய், மாம்பழம், கொய்யாப்பழம், வெல்லம் ஆகியவற்றையும் அவ்வப்போது உணவில் சேர்த்துக் கொண்டால் உடலுக்கு தேவையான இரும்புச் சத்து கிடைக்கும்.

8)கொண்டைக்கடலை, பாசிப்பருப்பு, முந்திரிப்பருப்பு இவற்றை அடிக்கடி சாப்பிட்டு வந்தால் இரும்புச் சத்தானது கிடைக்கும்.

9)வெங்காயம், தக்காளி, ஆப்பிள், கடலை, உருளைக்கிழங்கு, தேங்காய், பாதாம் பருப்பு, வெண்டைக்காய் இவற்றில் ஞாபக சக்தியை வளர்க்கின்ற ஆற்றல் ஏராளமாக இருக்கின்றன.

10)சுண்டைக்காய் மார்புசளியை போக்குகிறது. கோபத்தை நீக்குகிறது. வயிற்றிலுள்ள கிருமிகளை கொல்லுகின்றது.

11)கொத்துமல்லி இலையை நாள்தோறும் உணவில் சேர்த்துக் கொள்வதால் டி.பி.ஆஸ்த்துமா, அடல் அரிப்பு முதலியவற்றை குணமடைந்து விடும்.

12)நான்கு பேருக்கு நல்லது செய்ய வேண்டும் என்ற நம் எண்ணத்திற்கு செயல்வடிவம் கொடுக்கும் பொழுது அதை தடுக்க நூறு தடை வரத்தான் செய்யும். ஒவ்வொரு தடையையும் எப்படி உடைக்க வேண்டும் என்பதை நாம் கற்ற கல்வி நமக்கு கற்றுத் தந்திருக்கின்றது. ஆசிரியப் பெருமக்கள் நமக்கு பயிற்சி அளித்திருக்கின்றார்கள்.

இடிதாங்கி

நம் மனம் ஆசைப்பட்டபடி ஒரு பெரிய தொழிற்சாலை கட்டி முடித்தாகி விட்டது. இடிதாங்கி என்ற ஒன்று அமைக்காமல் கட்டிடப்பணி நிறைவு பெறாது என்பது நமக்கு தெரியும். இது யாருடைய கண்டுபிடிப்பு? என்ற கேள்வி நம்முள்

எழும். பெஞ்சமின் அவர்களின் கண்டுபிடிப்பு என்பதை பெரியவர்கள் கூறக் கேட்டிருக்கின்றோம். நூல்களைப் படித்து அறிகின்றோம். மின்சாரத்தை பற்றி அவர் ஆராய்ச்சி நடத்திய பொழுது ஒரு உண்மையைக் கண்டறிந்தார். மின்சாரத்தின் அருகில் முனை உள்ள ஒரு இரும்பைக் கொண்டு சென்றால் போதும் மின்சாரத்தை இரும்பு தன்பால் இழுத்துவிடும். இதுவே அவருடைய கண்டுபிடிப்பு. அத்துடன் அவர் வேறொரு உண்மையையும் அறிந்தார். மேகங்கள் மின்சார ஏற்றம் பெற்றவை என்பதே அந்த உண்மையாகும்.

தெருவிளக்கு

பெஞ்சமின் காலத்தில் தெருவிளக்குகள் கண்டுபிடிக்கப்பட்டு இருந்தது. ஆனால் தெருக்களில் எரிந்து கொண்டிருந்த விளக்குகளில் சில குறைபாடுகள் இருந்தது. தெரு விளக்கு உருண்டையான கண்ணாடிகளால் ஆனது விளக்கு ஏற்றிய சிறிது நேரத்திற்கெல்லாம் விளக்கினுள் புகை சூழ்ந்து கொள்ளும். புகை சூழ்வதால் விளக்கு கறுப்பு நிறமாகும். ஒளி மங்கும் கொஞ்ச நேரத்தில் தெரு இருளில் மூழ்கும். அந்தக் காரணத்தால் தெரு விளக்குகள் இருந்தும் பயன் இல்லாமல் இருந்தது.

இந்த குறைஷயை போக்க என்ன வழி என்று சிந்திக்கலானார். விளக்குகளினுள் புகை சூழ்வதற்கு காரணம் என்னவென்று ஆராய்ந்தார் உண்மை புலப்பட்டது.

தீ எரிவதற்கு ஆக்ஸிஜன் தேவை. அந்த ஆக்ஸிஜனோ காற்றில் இருக்கின்றது. விளக்கின் உள்புறம் குறிப்பிட்ட அளவு காற்று சென்றால் தான் விளக்கு எரியும். காற்று செல்வதற்கோ, விளக்கின் கீழ்ப்பகுதியில் சிறிய துளைகள் தேவை. அந்த துளைகளால் மற்றொரு பயனும் ஏற்படும்.

அதாவது விளக்கின் கீழ்ப்பகுதி வழியாகச் செல்லும் காற்று விளக்கினுள் இருக்கும் புகைகளை வேகமாக வெளியே தள்ளும். புகையோ, விளக்கின் மேல்புறமுள்ள துவாரங்கள் மூலம் வெளியே செல்லும் விளக்கினுள் புகை சூழாது. கண்ணாடியும் கருப்பாய் மாறாது. கண்ணாடி தூய்மையாக இருக்கும் விடியும்

வரை வெளிச்சம் நன்றாகத் தெரியும். என்பதே பெஞ்சமின் சிந்தித்து கண்ட முடிவு. நம் பெஞ்சமின் தான் சிந்தித்தை உடனடியாக செயல்படுத்தும் ஆற்றல் மிக்கவராயிற்றே. நான்கு புறமுமும் தட்டையாக உள்ள ஒரு விளக்கை அவர் செய்தார். அந்த நான்கு புறங்களிலும் நான்கு கண்ணாடி தகடுகளை செருகினார். விளக்கின் உள்புறம் காற்று நுழைவதற்கு விளக்கின் கீழ்ப்புறத்தில் துவாரங்கள் அமைத்தார். விளக்கினுள் இருக்கும் புகை வெளியே செல்வதற்காக விளக்கின் மேல்பகுதியில் நீண்ட புகைபோக்கியை அமைத்தார். விளக்கை எரியவிட்டு சுடர்விட்டு எரிந்தது. புகையோ வெகுசீக்கிரம் புகைபோக்கி மூலம் வெளியே சென்றது. புகை படியாததால் கண்ணாடி தூய்மையாக இருந்தது. விடியும் வரை வெளிச்சம் மங்காமல் இருந்தது. கண்ணாடி தகடுகளில் ஒன்று உடைந்தால் அவை மட்டும் மாற்றினாலே போதுமானதாக இருந்தது. நஷ்டம் ஏற்படுவதும் குறைக்கப்பட்டது. விளக்கினுள் ஏதாவது பழுது ஏற்பட்டாலும் பழுதுபார்க்க வசதியாக இருந்தது.

தாம் செய்த விளக்கு பெரும்பயன் அளிப்பதைக் கண்டு பெஞ்சமின் பூரிப்பு அடைந்தார். பிரகாசமாக எரியும்தெரு விளக்குகளை நாம் பார்க்கும் பொழுது பெஞ்சமின் அவர்களின் முகம் நினைவிற்கு வரும். அவருடைய சமூக அக்கறையை போற்றுவோம் அல்லவா?

புதிதாக கண்டுபிடித்தால் அரசரகலாம்

முந்தைய காலத்தில் பல துறைகளிலும் முன்னேறிய திறமைசாலிகள் அரசர்களாக்கப்பட்டனர். வீரர்களையும், சீனாவில் அரசர்களாக தேர்ந்தெடுத்திருக்கிறார்கள்.

என்.ஜெ.ஜென்ஷி என்பவன் சீனாவில் வாழ்ந்து வந்தான். அவனுடைய மூளை எதையாவது கண்டுபிடிக்க வேண்டுமெனத் துடிதுடித்தது. மரத்தை ஒன்றோடு ஒன்று தேய்த்து நெருப்பை கண்டுபிடித்தான். அதனோடு நெருப்பின் உதவியைக் கொண்டு சமையல் செய்வது எப்படி என்பதை ஜனங்களுக்கு கற்றுக் கொடுத்தான். சுவை தரும் பதார்த்தங்கள் பலவற்றை சமைத்துச்

சாப்பிட அக்காலத்தில் முயன்று வெற்றியும் பெற்றனர். அதனால் என்.ஜெ.ஜென்ஷியை அரசானகத் தேர்ந்தெடுத்தார்கள்.

ஷேன்–நூங் என்பவன் அநேக மூலிகைகளை கண்டுபிடித்து அதன் மூலமாக ஜனங்களுடைய வியாதிகள் பலவற்றை போக்கினான்.

இதனால் ஜனங்களை இவனை அரசனாகத் தேர்ந்தெடுத்தார்கள்.

யு.சாலோ.ஷி என்பவன் சீனாவில் வீடு கட்டும் விதத்தைக் கண்டு பிடித்தான். இதனை அக்கால மக்கள் கண்டு வியந்தனர். இதனால் யு–சாலோஷியும் மக்களால் அரசனாகத் தேர்ந்தெடுக்கப்பட்டான். சீனாவில் சண்டை போடத் தெரிந்தவனாக இருந்தால் அவ்வீரனை ஜனங்கள் அரசராகாத் தேர்ந்தெடுத்தனர். பல துறைகளிலும் பயின்ற திறமைசாலிகளும் அக்காலத்தில் அரசராக்கப்பட்டார்கள்.

கோபுர தரிசனம்

காஞ்சியில் ஏகாம்பரநாதர் ஆலயம், காமாட்சியம்மன் ஆலயம், வரதராஜபெருமாள் ஆலயம் ஆகியவற்றில் நான்கு புறமும் கோபுரங்கள் மிக அழகாக ஓங்கி உயர்ந்து காணப்படுகின்றன. ஒரு கிழக்கு கோபுரத்தின் வழியாக ஆலயத்தினுள் சென்று இறைவனை தரிசித்து விட்டு வெளியே வந்த பின் வடக்கு, தெற்கு, மேற்கு கோபுர வாயில் வழியாக ஆலயத்தை வெளியே ஒரு முறை சுற்றி வலம் வர வேண்டும். தெற்கு கோபுர தரிசனம் செய்து முடித்த பின்னர் அதன் நுழைவு வாயிலில் உள்ள தலைவாசல் படியை தொட்டு வணங்க வேண்டும். வடக்கு, மேற்கு கோபுரங்களிலும் இவ்வாறு பின்பற்றி வணங்க வேண்டும். காலம் காலமாக இந்த முறை நடைமுறையில் பின்பற்றப்பட்டு வந்தது. தற்போது இந்த வழக்கம் பெரும்பாலும் நடைமுறையில் இல்லாதது மன

வருத்தத்தை அளிக்கின்றது. சிறு வயதில் நம் முன்னோர்கள் நமக்கு இதனை அறிவுறுத்தி விட்டுச் சென்றனர்.

அந்த காலத்தில் அவ்வாறு மக்கள் வழிபட்டதால் அவர்கள் பிணிகள் அற்று, வறுமை நீங்கி வளமான வாழ்வு வாழ்ந்தார்கள்.

இந்த தகவல் நான் செவி வழி கேட்டு அறிந்த செய்தி தான் இதை எழுதலாமா? என்று என்னுடைய வழிகாட்டி ஆசிரியர் இரா.பூபதி அவர்களிடம் பகிர்ந்து கொண்ட பொழுது நல்ல தகவல்களை தயக்கமின்றி எழுதுங்கள் என்று ஊக்குவித்தார்.

வாய்மை

பொய்க்கு ஆயுள் குறைவு. உண்மைக்கு ஆயுள் அதிகம். என்று பெரியவர்கள் கூறக் கேட்டிருக்கிறோம். அது பொய் சொல்பவனுக்கு ஆயுள் குறைவு உண்மை பேசுபவனுக்கு ஆயுள் அதிகம் என்பது வேத வாக்கு.

திருத்தணி முருகன்

திருத்தணி முருகனிடம் நம் நோய் தீர வேண்டும். துன்பம் நீங்க வேண்டும் என்று பிரார்த்தனை செய்து காணிக்கை செலுத்துவதாக வேண்டிக்கொள்வோம்.

திருத்தணி கோவில் முருகன் அருளால் துன்பம் விலகும். பிணி தீரும். காணிக்கை செலுத்த நாம் செல்லும் பொழுது கோயில் படியேறிச் சென்று தான் காணிக்கை செலுத்த வேண்டும். ஒவ்வொரு படி ஏறும் பொழுதும் திருத்தணி முருகனுக்கு அரோகரா என்று அவன் நாமத்தை கூறி படியேற வேண்டும் என்று பெரியவர்கள் கூறியுள்ளார்கள்.

லட்சியம்

நம் வாழ்வில் நம் கொண்டிருக்கும் லட்சியங்கள் நூறு. அந்த லட்சியங்களில் ஒன்று நம் ஆயுள்காலத்திற்குள் நூறு மரமாவது நட்டு விட வேண்டும் என்பது.

இவர்களிடம் நாம் பேச்சுவார்த்தை வைத்துக் கொண்டால் அது இறுதியில் ஏதாவது ஒரு வம்பில் போய் முடிகிறது என்று நாம் அறிய சேர்ந்தால் அவர்களுடனான பேச்சுவார்த்தையை குறைத்துக்கொள்வது நமக்கு நல்லது.

பெண்

பெண் குழந்தைகளை சில இல்லங்களில் பழைய சோறு கிடைக்கவில்லையென்றாலும் பாசம் அதிகமாக கொட்டி வளர்க்கின்றார்கள். அவர்களுடைய தாய் தந்தையர் செல்வந்தர்கள் இல்லத்தில் வளரும் பிள்ளைகளை பாசத்திற்கு குறையில்லாமல் வளர்கின்றார்கள்.

அவர்களை நன்கு படிக்க வைத்து நல்ல மணமகன் தேர்வு செய்து திருமணம் செய்து வைத்து உறவினர் சூழ பிரியாவிடை கொடுத்து புகுந்த வீட்டிற்கு அனுப்பி வைக்கின்றனர் அவர்களுடைய பெற்றோர்.

இவ்வாறு சீருட்டி, பாராட்டி வளர்க்கப்பட்ட பெண்பிள்ளைகள் அவர்கள் வாழ்ந்த இல்லத்தை விட்டு புகுந்த வீட்டிற்கு வரும் பொழுது அவர்களுடைய உயிரில் சரிபாதி பிறந்த வீட்டு வாசலிலேயே நிலை கொண்டு விடுகின்றது.

மீதமுள்ள பாதி உயிரோடு தான் புகுந்த வீட்டில் காலடி எடுத்து வைக்கிறார்கள். புகுந்த வீட்டினரின் அன்பு, ஆதரவு, பாசப்பிணைப்பில் மீதமுள்ள பாதி உயிர் நிலைபெற்று விடுகின்றது.

பிறந்த வீட்டிற்கு விடுமுறை நாட்களில் நான்கு நாட்கள் சென்றாலும் 2 நாட்கள் வரை தான் அவர்களால் அங்கு இருக்க முடிகின்றது. மூன்றாவது நாள் கணவன், மாமியார், மாமனார்

இவர்களை கவனிக்க வேண்டும் என்று வந்து விடுகின்றார்கள் பெண் பொறுமையில் பூமாதேவிக்கு ஒப்பானவள்.

ஆன்மீகம்

அர்த்தமுள்ள இந்துமதம் நூலில் கவிஞர் கண்ணதாசன் அவர்கள் குறிப்பிட்டுள்ளது சேவையில் நிம்மதி காஞ்சிப் பெரியவர் கூறிய உபதேசம்

மனிதனாகப் பிறந்தவனுக்கு எவ்வளவோ பாக்கியங்கள் உண்டு. எல்லாப் பாக்கியங்களுக்கும் மேலான பாக்கியம். பிறருக்கு சேவை செய்வதே.

சேவை என்று தெரியாமலே அனைவரும் நமது குடும்பத்திற்காகச் சேவை செய்கிறோம். அதோடு நமக்கு சம்பந்தமில்லாத குடும்பத்துக்கும். ஊருக்கும் நாட்டிற்கும் சர்வதேசத்திற்கும் நம்மால் முடிந்த சேவை செய்ய வேண்டுமென்கின்றேன். நமக்கு எத்தனையோ, கஷ்டங்கள், உத்யோகத்தில் தொந்தரவு, சாப்பாட்டிற்கு அவஸ்தை, வீட்டுக்கவலை–இத்யாதி இருக்கின்றன. நம் சொந்த கஷ்ட நஷ்டத்திற்கு நடுவில் சமுக சேவைகளோ என்று எண்ணக் கூடாது உலகத்திற்கு சேவை செய்வதாலேயே சொந்தக் கஷ்டத்தை மறக்க வழி உண்டாகும். அதோடு கூட அசலார் குழந்தைக்குப் பாலூட்டினால் தன் குழந்தை தானே வளரும் என்றபடி நம்முடைய பரோபகாரத்தின் பலனாய் பகவான் நிச்சயமாக நம்மைச் சொந்த கஷ்டத்திலிருந்து கை தூக்கி விடுவான். ஆனால் அதை இப்படி ஒரு லாப–நஷ்ட வியாபாரமாக நினைக்காமலே பிறர் கஷ்டத்தை தீர்க்க நம்மலானவற்றை செய்ய ஆரம்பிக்க வேண்டும். ஆரம்பித்து விட்டால் போதும் அதனால் பிறத்தியார் பெறுகின்ற பலன் ஒரு பக்கம் இருக்கட்டும் நமக்கே ஒரு சித்த சுத்தியும் ஆத்ம திருப்தியும் சந்தோஷமும் ஏற்பட்டு அந்த வழியில் மேலும் மேலும் செல்லுவோம். மனிதர்களுக்கு மட்டுமின்றிமாடு போன்ற ஜீவன்களுக்குச் சேவை செய்ய வேண்டும். பழைய

நாளில் கால்நடைகளுக்காகவே குளம் வெட்டுவது, அவை உராய்ந்து தினவும் தீர்த்துக் கொள்வதற்கு ஆங்காங்கே கல் போடுவது என்று வைத்துக் கொண்டிருந்தார்கள். தினமும் ஒவ்வொருவரும் ஒரு மாட்டிற்கேனும் ஒரு பிடி புல் கொடுப்பதை டகோ-க்ராஸம் என்று பெரிய தர்மமாகச் சாஸ்திரங்களில் சொல்லியிருக்கிறது. க்ராஸம் என்றால் ஒரு வாயளவு.

யாகம், யக்ஞம், தர்ப்பணம், திவசகம் முதலியன இந்த உலகத்திலிருப்பவர்களுக்கு மட்டுமின்றி மற்ற உலகத்திலிருப்பவர்களுக்கும் நம் சேவையை விஸ்திகரிக்கின்றன என்ற உணர்வோடு அவற்றை செய்ய வேண்டும் இவையெல்லாம் மந்திரத்தோடு சேர்த்து செய்யப்படும் சேவை.

நம்மைப்போல் சேவை செய்ய விருப்பம் உள்ளவர்களை யெல்லாம் சேர்த்துக்கொண்டு எல்லோரும் ஒரு சங்கமாக ஒரே அபிப்ராயமாக இருந்து கொண்டு சேவை செய்வது சிவாக்கியம். அப்படிப் பலர் கூடிச் செய்யும் போது நிறைய பணி செய்ய முடியும் சத்தியத்தாலும் நியவ்மத்தாலும் இப்படிப்பட்ட சங்கங்கள் உடையாமல் காக்க வேண்டும் பரோபகாரம் செய்பவர்களுக்கு ஊக்கமும் அத்தியாவசியமான அவமானத்தையும் பொருட்படுத்தாத குணம் வேண்டும்.

கிருஷ்ண பரமாத்மா வெளியில் விளையாடுவதாக தெரிந்தாலும் உள்ளே அத்தனையும் பரோபகாரச் சேவையைத் தான் செய்தான் எத்தனை பேருடைய எத்தனை எத்தனை கஷ்டங்களை விளையாட்டாகவே போக்கடித்தான். குன்றை தூக்கிப் பிடித்தது. விளையாட்டு மாதிரி இருக்கும். ஆனால் கோபர்களை காப்பதற்காகவே அத்தனை பெரிய மலையைப் பால கிருஷ்ணன் சின்னக்குழந்தை விஷம் கக்கும் காளிங்கன் படத்திலே நாத்தனம் செய்தது வெளியில் பார்த்தால் விளையாட்டு உண்மையிலேயே அதுவும் ஜனங்களைக் காத்து அவர்களுக்கு நீர் நிலையை மீட்டுத் தருவதற்காக செய்த சேவை தான். இப்படித்தான் எத்தனையோ சேவை. அவனைப் போல விளையாடினவனும் இல்லை. என்று கிருஷ்ண பரமாத்மாவின் உதாரணத்தில் பார்க்கிறோம். வெளக்க சேவை மட்டும் இல்லை. ஞானம் விளையாட்டு எல்லாம் அவனிடம்

ஒன்றாக இருந்தன. துளிகூட பற்றுதல் இன்றியே இத்தனையும் செய்தான். சிரித்துக்கொண்டே சாந்தமாக இவ்வளவையும் செய்தான். அதனாலேயே அநாயாசமாகச் செய்ய முடிந்தது. நம்மிடம் சிரிப்பும் சாந்தமும் எப்போதும் இருக்க வேண்டும் தைரியம் ஊக்கம் இவற்றோடு.

பகவான் எடுத்த பல அவதாரங்களில் கிருஷ்ணாவதாரத்தில் தான் சேவை அதிகம். ராமவதத்திலும் சேவைக்கென்றே ஆஞ்சனேயே ஸ்வாமி வந்தார். இவர்கள் இருவரையும் ஸ்மரித்து நாமும் சுத்தமான உள்ளத்துடன் எந்த சுயநலமும் கருதாமல் எவ்வித விளம்பரத்திற்கு ஆசைப்படாமல் சேவை செய்ய வேண்டும்.

ஜீவராசிகளுக்கு செய்கிற உபகாரத்தால் சகல பிராணிகளுக்கும் மாதா பிதாவாக இருக்கப்பட்ட பரமேஸ்வரனுக்கே பூஜை பண்ணியதாக ஆகிறது. இதைத்தான் திருமூலர் திருமந்திரத்திலும் சொல்லியிருக்கிறார்.

நடமாடக் கோயில் நம்பர்கொன்றீயில்

படமாகக் கோயில் மக்களுக்கு கதாஸம்

இதற்கு அர்த்தம் மக்களுக்கு செய்கிற

உதவி சாக்ஷாத் ஈஸ்வரப் பிரீதியாக செய்கிற பூஜையே ஆகும் என்பது.

நேரு அவர்கள் ஆற்றிய உரையின் ஒரு பகுதி

இந்தியா ஆங்கில அரசிடமிருந்து விடுதலை அடைந்த அந்நன்னாளில் அரசியல் நிர்ணய அமைப்பு உறுப்பினர்கள் உறுதிமொழி எடுத்துக் கொள்வதற்கு முன்பு நாட்டிற்கு பிரகாசமான எதிர்காலம் இருப்பதாக தம் மனக்கண்ணில் கண்டு நேரு அவர்கள் ஆற்றிய உரை.

பற்பல ஆண்டுகளுக்கு முன்பு நாம் விதியுடன் ஒரு ஒப்பந்தம் செய்து கொண்டோம். இப்பொழுது நம் உறுதி மொழியை முழுமையாகவோ அல்லது முழு அளவிலுமோ அல்ல.

ஆனால் கனிசமான அளவில் மீட்டுக் கொள்வதற்கான நேரம் வந்துள்ளது. நள்ளிரவு மணி அடிக்கும் அதே நேரம் உலகம் முழுவதும் உறக்கத்நதில் ஆழ்ந்திருக்கும் போது இந்தியா வாழ்விற்கும் விடுதலைக்கும் விழித்துக் கொள்ளும் வரலாற்றில் வெகு அபூர்வமாக இடம் பெறும் தருணம். பழைமையிலிருந்து புதுமைக்கு அடியெடுத்து வைக்கும் நேரம் ஒரு சகாப்தமே முடியும் நேரம் ஒடுக்கப்பட்ட நிலையிலிருந்து ஒரு நாட்டின் ஆன்மாவே சிலிர்த்து பேசும் நிலை பெற்ற தருணம் வந்துள்ளது. புனிதமான இத்தருணத்தில் இந்தியாவிற்கும் மக்களுக்கும் இன்னும் மகத்தான காரணமான மனித நேயத்திற்கும் சேவை செய்வதாக நாம் உறுதிமொழி எடுத்துக் கொள்வது பொருத்தமானதே.

உலக வரலாறு உதிக்கும் போதே. இந்தியா முடிவற்ற அதன் தேடல்களைத் துவக்கி விட்டது. கணக்கிட முடியாத நூற்றாண்டுகள் அவர்பட்ட பாடுகளாலும், வெற்றி தோல்விகளாலும் நிரம்பியுள்ளன. நல்ல நேரங்களும் கெட்ட நேரங்களும் மாறி மாறி வந்த போதிலும் அவள் தேடல்களைப் புறக்கணிக்கவோ, தனக்கு உரமூட்டிய கொள்கைகளை மறக்கவோ இல்லை. இன்று கெட்ட நேரத்திற்கு முடிவு ஏற்பட்டுள்ளது. இந்தியா தன்னையே இன்று மீண்டும் கண்டுகொண்டுள்ளது. இன்று நாம் கொண்டாடும் சாதனை நம்மை எதிர்நோக்கி காத்திருக்கும் மாபெரும் வெற்றிகளையும் சாதனைகளையும் நோக்கி எடுத்து வைக்கும் முதல் அடி. நாம் இந்த வாய்ப்பினை பற்றிக்கொள்ளவும் எதிர்காலத்தைப் பற்றிய சவால்களை சந்திக்கவும் ஏற்ற அறிவும் துணிவும் உடையவர்களா?

விடுதலையும் அதிகாரமும் பொறுப்புகளை கூடவே கொண்டு வந்து விடுகின்றன. அந்தப் பொறுப்பு புனிதமான மக்களின் பிரதிநிதிகளாக விளங்கும் புனிதமான இவ்வமைப்பின் கீழ் உள்ளது. விடுதலை பிறக்கும் முன் நாம் உழைப்பினால் வரும் இன்னல்களை பொறுமையோடு சகித்துக்கொண்டோம். அத்துயரம் மிகுந்த நினைவுகள் நம் நெஞ்சங்களை அழுத்துகின்றன. அவற்றுள் சில வேதனைகள் இன்றும் தொடர்கின்றன. இருப்பினும் கடந்த காலம் முடிந்து விட்டது. எதிர்காலம் நம்மை அழைக்கிறது.

அந்த எதிர்காலம் ஒன்றும் அமைதியானதோ, ஓய்வெடுத்து கொள்ள ஏற்றதுவோ இல்லை. ஆனால் நாம் அடிக்கடி எடுத்துள்ளவைகளும் இன்று எடுக்கப் போவதுமான உறுதிமொழிகளை நிறைவேற்ற இடைவிடாது பாடுபட வேண்டிய ஒன்றாகும். இந்தியாவிற்கு சேவை என்பது லட்சக்கணக்கில் துன்புறுபவர்களுக்கு செய்யும் சேவையாகும். அது ஏழ்மை, அறியாமை, நோய், சமமான வாய்ப்புகளின்மை ஆகியவற்றிற்கு முற்றுப்புள்ளி வைப்பது என்பதாகும். நம் தலைமுறையின் மிக உயர்ந்தவரின் லட்சியம். ஒவ்வொருவரின் கண்ணீரையும் துடைக்க வேண்டும் என்பது அது நமக்கு அப்பாற்பட்டதாக இருக்கலாம். ஆனாலும் கண்ணீரும் துயரமும் இருக்கும் வரை நம் பணிக்கு ஓய்விருக்காது.

அதனால் நம் கனவுகளை நனவாக்க நாம் பாடுபட வேண்டும். உழைக்க வேண்டும். கடுமையாக உழைக்க வேண்டும். அக்கனவுகள் இந்தியாவிற்காக, உலகத்திற்காக இன்று உலக நாடுகளும் மக்களும் மிக நெருக்கமாக பின்னப்பட்டவர்களாக வாழ்கிறார்கள். எந்த ஒன்றும் அமைதியை ஒதுக்கிவிட்டு வாழ்வது பிரிக்க முடியாததாகி விட்டது. அதே போலத் தான் விடுதலையும் அதே போலத் தான் செழுமையும், பேரிடர்களும் தனித்தனி துண்டுகளாக பிரிக்கக்கூடியாத இல்லாமல் ஒரே உலகமாக இருப்பதால்

நாம் இங்கே பிரதிநிதிகளாக அமர்ந்திருக்கும் இந்திய மக்களுக்கு நம்முடைய சாகசச் செயல்களில் நம்பிக்கையும் உறுதியும் கொண்டு நம்முடன் சேர வேண்டுகோள் விடுக்கிறோம். அற்பமான கேடு விளைவிக்கும் விமர்சனங்களுக்கு இது ஏற்ற சமயமில்லை. தவறான எண்ணங்களுக்கோ, பிறரை குற்றம் சாட்ட இது தருணமல்ல. நாம் சுதந்திர இந்தியாவை நாட்டு மக்கள் அனைவரும் நலமாக வாழக் கூடிய உன்னத மாளிகையாக உருவாக்க வேண்டும்.

குறித்த நாளும் வந்து விட்டது. விதி குறித்த நாள் இந்தியத்தாய் தன் நீண்ட நித்திரைக்கும் போராட்டங்களுக்கும் பிறகு விழித்து துடிப்புடன் கட்டற்று விடுதலை பெற்று மீண்டும் எழுந்துள்ளான். கடந்த கால நிகழ்வுகள் இன்னும் நம்முடன் ஒட்டிக் கொண்டிருக்கின்றன. நாம் அடிக்கடி

எடுத்துள்ள உறுதிமொழிகளை மீட்பதற்கு முன் செய்ய வேண்டியவை நிறைய உள்ளன. ஆனாலும் திருப்புமுனை கடந்து விட்டது. நமக்கு ஒரு புதிய வரலாறு நாம் வாழ்வதையும் நம் செயல்களையும் பிறர் எழுதும்படியான வரலாறு தோன்றியுள்ளது.

தமிழருவி மணியன்

துணி வெளுக்க மண்ணுண்டு, தோல் வெளுக்க சாம்பலுண்டு, மணி வெளுக்கச் சாணையுண்டு, மனம் வெளுக்க வழியில்லையே என்று வேதாந்த வினையில் வேதனையை மீட்டினான் மகாகவி பாரதி.

மனம் வெளுக்க ஒரு மார்க்கமுண்டு என்பதாக தோன்றுகிறது. தமிழருவிமணியன் அவர்களுக்கு அதை நம்மிடம் அழகுறப் பகிர்ந்து கொள்கிறார் அவர்.

அழுக்கேறிய மனம் அறஞ்சார்ந்த புத்தகங்களில் ஆழ்ப்பதிந் தால் அழகாக வெளுத்து விடும் என்ற அழுத்தமான நம்பிக்கை அவருக்கு எப்போதும் உண்டு என்கிறார்.

ஒரு மனிதனை நெறிப்படுத்தி அவனுடைய வாழ்க்கைப் பயணத்தை முறைப்படுத்தும் நல்ல நண்பர்கள் புத்தகங்களே. நல்ல புத்தகங்களோடு நட்புறவு பூண்டவனுக்கு வாழ்க்கை சரித்திரம் படைக்கும் சத்திய வேள்வியாகவே வாய்த்து விடுகின்றது.

எகிப்திய மண்ணில் பாரோ என்ற அறிவார்ந்த அரசன் தான் நேசித்து வந்த புத்தகங்களின் இருப்பிடத்தை மன மருத்துவ நிலையம் என்று பெயரிட்டு மகிழ்ந்தானாம்.

மன நோய்க்கும் ஒரு நல்ல மருந்து புத்தகம். மரத்தின் கோணலை சரிப்படுத்துவது நூல். அதனால் தான் மனதின் கோணலை சரிப்படுத்தும் புத்தகத்திற்கும் தமிழில் நூல் என்று நுணுக்கமாகப் பெயர் வைத்தனர்.

புத்தகங்களைப் படிப்பது முக்கியம். அதிலும் நல்ல புத்தகங் களைத் தேடிப்படிப்பது தான் ரொம்பவம் முக்கியம். நல்ல நூல்கள் ஒருவனை மனிதனாக மட்டுமல்ல மகாத்மாவாகவே மாற்றி விடக் கூடும்.

துளசிதாசரின் இராமாயணமும் வியாசரின் பகவத் கீதையும் இந்து சமயத்தின் சாரத்தை அண்ணல் அறிந்து கொள்ள உதவின.

எட்வின் அர்னால்டு தீட்டிய விண்ணவர் பாட்டும் ஆசியாவின் ஜோதியும் பௌத்த நெறிகளில் காந்திஜியைப் பற்றுக் கொள்ளத் துரணடி ன.

பிளாவட்ஸ்கியின் பிரம்ம ஞானத்தின் திறவுகோல் புதிய ஏற்பாட்டில் இயேசுவின் மலைச் சொற்பொழிவு கார்னலல் வடித்த வீரர்களும் வீரவணக்கமும் தேசப்பிதாவிற்கு இந்து, கிருஸ்தவ, இஸ்லாம் மதங்களை இனம் காட்டின.

டால்ஸ்டாயின் இறைவனின் அரசாங்கம் உனக்குள் இருக்கின்றது. மகாத்மாவின் மனதை மலரச் செய்தது.

ரஸ்கின் வரைந்த கடையனுக்கும் கடைதேற்றம் காந்திஜியின் சிந்தனைகளைப் புதிய வாழ்க்கைத் தத்துவத்தில் வழி நடத்தி சர்வோதயம் காணச் செய்தது.

தமிழுருவி மணியன் அவர்களின் தந்தை அடிநாள் தொட்டு கல்கி வாசகர் கல்கி இதழில் மூன்று வாரங்களாக தொடர்ந்து வெளிவந்த குறிஞ்சி மலர் கதையை அவருடைய அம்மாவிற்கு வாசித்து காட்டினார். குறிஞ்சி மலர், பொன் விலங்கு மணிபல்லவம், சத்திய வெள்ளம் இவை அவர் மனதை பெரிதும் கவர்ந்த நூல்கள் என்கின்றார் தமிழுருவி மணியன் அவர்கள்.

ஜி.டி.நாயுடு

இவர் பெயரை அறியாதவர்கள் இந்தியாவில் உலகில் இல்லை எனலாம். கோவை மாநகரத்தில் முதலில் மிகப்பெரிய ஒரு பேருந்து நிறுவனத்தை நிறுவிப் பெரும்பொருள் திரட்டியிருந்த தொழிலதிபர் பின்னர் பல தொழில் நிறுவனங்களுக்கு

உரிமையாளரானார். நான்கு தடவை உலகச் சுற்றுப்பயணத்தை மேற்கொண்டவர். அனைவரிடமும் நட்பு பாராட்டியவர்.

இவர் ஒரு சமயம் ஆஸ்ட்ரியா நாட்டுக்குச் சென்றிருந்தார். அங்கு அவருடைய நண்பர் ஒருவர் தொழிற்சாலை ஒன்றின் நிர்வாகியாய் இருந்தார். அவர் ஜி.டி.நாயுடு அவர்களை தம் தொழிற்சாலைக்கு வருகை தருமாறு கேட்டுக்கொண்டார். அவர் அழைப்பை ஏற்று ஜி.டி.நாயுடு அங்கு சென்றார்.

அது தமிழில் பஞ்சுவான சரக்குகளை ஏற்றிச் செல்லும் நான்கு சக்கரங்கள் கொண்ட பாரவண்டி எனப் பொருள்படும் வேகனுக்குப் பெட்ரோல் தொட்டிகளை அதாவது டாங்குகளை உற்பத்தி செய்து வந்த தொழிற்சாலையாகும். அங்கு அந்த பெட்ரோல் தொட்டிகள் தமிழில் அழுத்தும் இயந்திரம் எனப் பொருள்படும் ப்ரெஸ்ஸிங் மெஷினைக் கொண்டு மெல்லிய இரும்புத் தகடுகளை ப்ரெஸ் செய்து வந்தார்கள்.

அவ்வாறு செய்தபோது மெல்லிய பெட்ரோல் தொட்டிகளில் மயிரிழைபோல் மெல்லிய விரிசல்கள் ஏற்பட்டு வந்தன. துரதிருஷ்டவசமாய் அதை அந்தத் தொழிற்சாலையில் பணிபுரிந்து வந்த பொறியாளர்களோ, தொழிலாளர்களோ கவனிக்கவில்லை. ஆயிரக்கணக்கான பெட்ரோல் தயாரித்து அடுக்கிய பிறகே அவர்கள் அந்தக் குறைபாட்டைக் கவனித்தார்கள். அதிர்ச்சியடைந்தார்கள். மேலேயிருந்த நிர்வாகிகளுக்கு தெரிவித்தார்கள் எல்லோரும் என்ன செய்வது என்பது புரியாமல் திகைத்து நின்றனர்.

அந்த சமயத்தில் தான் ஆபத்சகாயராய் நம் அறிவியல் அறிஞர் அந்த தொழிற்சாலைக்குள் நுழைந்தார். அந்த தொழிற்சாலை நிர்வாகி ஒரு புன்சிரிப்போடு வரவேற்றார். அவர் முகத்திலும் அங்கு கூடியிருந்தவர்கள் முகத்திலும் சோகம் குடி கொண்டிருந்ததை அறிந்த ஜி.டி.நாயுடு அதற்கான காரணத்தை அன்புடன் கேட்டறிந்தார். நடந்ததை நிர்வாகி விளக்கமாய் எடுத்துச் சொன்னார். அங்கு அடுக்கப்பட்டிருந்த பெட்ரோல் தொட்டிகளை சோகத்தோடு சுட்டிக் காட்டினார். ஜி.டி.நாயுடு அவர்கள் அந்த தொட்டிகளில் ஏற்பட்டிருந்த மயிரிழை போன்ற விரிசல்களை பார்த்தார்.

பின்னர் பிரெஸ்ஸிங் இயந்திரத்திற்கு அருகில் சென்று சில நிமிடங்கள் கூர்ந்து கவனித்தார். திடீரென்று ஏதோ ஒரு முடிவுக்கு வந்தவர் போல் எப்போதும் தம் கையில் வைத்திருக்கும் சிகரெட் டப்பாவைத் திறந்து அதனுள்ளிருந்த மெல்லிய வழுவழுப்பான பேப்பரை வெளியே எடுத்தார். அவ்வாறு எடுத்த அந்த சிகரெட் தாளை பிரெஸ்ஸிங் இயந்திரத்திற்கும் மெல்லிய இரும்புத்தகடுக்கும் இடையில் – விரிசல் ஏற்படும் இடத்தைப் பார்த்து வைத்தார் பிறகு இப்போது இயந்திரத்தை இயக்கலாம் என்றார்.

அந்த இயந்திரம் இயக்கப்பட்டது. என்ன ஆச்சர்யம் தொட்டியில் விரிசல் இல்லை.

அந்த தொழிற்சாலை நிர்வாகியும், மற்றவர்களும் அடைந்த மகிழ்ச்சிக்கு எல்லையே இல்லை.

ரேஸன்ட் எலக்ட்ரிகல் ரேஸர் என்று அழைக்கப்படும் மின்சார சவரக்கத்தியை கண்டுபிடித்தவரும் இவரே.

அந்த நவீன மின்சார சவரக்கத்திக்கு தேவையான மின்சார இயக்கிகளை ஜெர்மனியிலிருந்து வரவழைத்தார். கைப்பிடிகளையோ ஸ்விட்ஸர்லாந்திலிருந்து வரவழைத்தார். பிளேடு எனப்படும் சவரத்தகட்டை மிகமிக மெல்லியதாய் தயாரிக்க விரும்பிய அவர் அதற்கு தேவையான உயர்தரமான இரும்பை ஸ்வீடன் நாட்டிலிருந்து வாங்கினார். அந்த இரும்பை பொண்டு அவர் தயாரித்த பிளேடின் பருமன் எவ்வளவு தெரியுமா? அன்றைக்கு நடைமுறையிலிருந்த நீட்டலளவைக் கணக்கின்படி அந்தத் தகட்டின் பருமன் ஒரு அங்குலத்தில் இருநூற்றில் ஒரு பங்காகும். அன்றைக்கு உலகில் தயாரிக்கப்பட்டு வந்த சவரத் தகடுகள் அதுவே மிக மெல்லியதாகும். அந்தத் தகட்டின் மற்றொரு சிறப்பு என்ன தெரியுமா? அந்த சவரத்தகடு ஒன்றைக்கொண்டு இருநூறு தடவை சவரம் செய்து கொள்ளலாம்.

அந்த சவரக்கத்திக்கு ஐரோப்பா, அமெரிக்கா ஆகிய நாடுகளில் நல்ல வரவேற்பிருந்தது. லண்டனில் மட்டும் ஒரே மாதத்தில் 7500 சவரக் கத்திகள் விற்பனை ஆயின. அந்தக்

கத்தியால் ஷேவ் செய்து கொண்டவர்கள் அதன் சிறப்பை அறிந்து பாராட்டினார்கள்.

மாணவர்கள் கல்வி கற்பதற்காக நிறைய உதவித்தொகை வழங்கியிருக்கின்றார்.

ஹிரோஷிமா

1945 ஆகஸ்ட் 6ஆம் காலை 8.15 மணிக்கு அமெரிக்காவின் பி29 ரக விமானம் இந்த நாசகாரி குண்டினை ஹிரோஷிமாவின் மேல் 10,000 மீட்டர் உயரத்திலிருந்து ஏவியது. யுரேனியம் செறிந்த இந்த அணுகுண்டு 20,000 டி.என்.டி.அழிவு சக்தியுள்ளது. வீசப்பட்டவுடன் கதிரியக்க மையத்தில் 20,000 வெப்பத்துடனும் 500 முதல் 1000 கிலோ மீட்டர் வெடிப்பு வேகத்துடனும் இது தரையிறங்கியது. சுமார் 1 லட்சம் மக்கள் இறந்தனர். 13 கிலோ மீட்டர் சுற்றளவில் பேரழிவு ஏற்பட்டது. 4 கி.மீ. சுற்றளவில் புல், பூண்டுகளும் கருகின. காளான் போன்று கிளம்பிய புகை மண்டலம் 100 கி.மீ. வரை தெரிந்தது மற்றும் இதனுடைய சத்தம் 80 கி.மீ வரை கேட்டது என்றும் இந்தப் பேரழிவிலிருந்து எஞ்சியவர் கூறியுள்ளனர்.

1997 ஆகஸ்டு 6ஆம் நாள் காலை 52–வது அமைதி காக்கும் நாள். இந்த அணுகுண்டு அழிவுச் சின்னத்தின் முன் அமைந்துள்ள உலக அமைதிக்காதன நினைவகத்தில் அதிகாலையில் துவங்கியது. இந்த மாநாட்டில் கலந்து கொண்ட 33 நாடுகளின் 117 நகரங்களின் மேயர்களும் கலந்து கொண்டோம் என்று தமிழக முதல்வர் மு.க.ஸ்டாலின் அவர்கள் தன்னுடைய பயணச்சிறகுகள் என்ற நூலில் குறுடப்பிட்டுள்ளார். மிகவும் அமைதியுடனும் ஆனால் சோகமான எழுச்சியுடனும் நடந்த இந்த நினைவஞ்சலி எந்த அளவிற்கு அணு ஆயுதத்தின் பாதிப்பு இந்த மக்களை அமைதி நோக்கி ஈர்த்துள்ளது. என்பதற்கு ஒரு அளவு கோலாக அமைந்தது. பள்ளிச்சிறார்களின் இனிமையான நினைவுகீதம், ஹிரோஷிமா நகரின் பதினாறு பாகங்களிலிருந்து கொணரப்பட்ட நீரின் முழுக்காட்டு, ஜப்பான் நாட்டு பிரதமர்

முதல் பெருந்தலைவர்களும் அஞ்சலி செலுத்திய பாங்கு இவை உள்ளத்தை நெகிழ வைத்தன.

ஹிரோஷிமா அமைதிப் பிரகடனம் ஹிரோஷிமா மேயர் திரு. தகாஷி ஹிரோகாவால் அறிவிக்கப்பட்டது. இந்தப் பெருவிழாவின் தலைமகனாக விளங்கும் இவர் இந்த உலக அமைதி மாநாட்டின் தலைவராகவும் விளங்குகின்றார். இந்த விழாவில் எங்களுக்கு கொடுக்கப்பட்ட ஒரு கவிதை என் மனதில் ஒரு வடுவை ஏற்படுத்தியது என்றே கூறுவேன் என்று குறிப்பிடும் மு.க.ஸ்டாலின் அவர்கள் அதனுடைய தமிழாக்கத்தையும் குறிப்பிட்டுள்ளார்.

அணுகுண்டு வீச்சில் பிழைத்தோரின் வேண்டுகோள்

நாங்கள் கடந்து வந்த துயரங்கள் ஆயிரம் ஆயிரம் நாங்கள் மறக்க நினைத்த கொடுமைகள் கோடானு கோடி இயற்கை படைத்த வனப்புகளையெல்லாம் ஒரு நொடியில் பாலைவனமாக்கிப் போன நெடிய துயரத்தின் நிழல்கூட இனி உலகைத் தீண்டவே வேண்டாம் ஊருக்குச் சென்று உலகத்தலைவர்களே எங்கள் நினைவை அனைவருக்கும் சொல்லுங்கள் கனவை அல்ல கனவு பயத்தையே சொல்லுங்கள் நாளையே கூட இன்னொரு அணு ஆயுதம் தாக்குமோ என்று கனவில் கூட அடிக்கடி திடுக்கிட்டு எழுகிறோம். நகரத் தலைவர்களே, உங்கள் குழந்தைகளுக்கு நல்ல வருங்காலத்தை விட்டுச் செல்லுங்கள் இறைவனே நடை பிணமாகி வாழும் துயரம் எங்களோடு தொலையட்டும்.

தலைவர்களே எங்கள் நனவை அல்ல கனவு பயத்தை எங்கும் சொல்வோம். – சொல்லுங்கள் அதற்கு எங்கள் நன்றி – இன்று உலகம் உங்களை வாழ்த்தும் நாளை மனிதகுலம் வணங்கும் உங்களை என்றும்

மருத்துவம்

பாம்புக் கடியும் அதற்கு விஷ முறிவு மருந்து தயாரிக்கும் விதமும்

உலகளவில் ஒவ்வோர் ஆண்டும் ஒரு லட்சம் பேர் வரை பாம்புக்கடியால் உயிரிழக்கின்றனர். ஆனால் அனைத்து பாம்புகடிகளும் மரணத்தை ஏற்படுத்துவதில்லை.

உயிரையே பறிக்கக் கூடியதாகப் பாம்பின் நஞ்சு உள்ள நிலையில், விஷ முறிவு மருந்துகளின் தயாரிப்பு குறைந்து வருவதாக தெரிவிக்கப்படுகிறது.

ஒவ்வோர் ஆண்டும் உலகளவில் ஐம்பது லட்சம் பேர் பாம்புக்கடிக்கு இலக்காகின்றனர். அவர்களின் ஒரு லட்சம் பேர் உயிரிழப்பதோடு நான்கு லட்சம் பேர் முடமாக்கப்பட்டு போகிறார்கள் என்று கணக்கிடப்பட்டுள்ளது.

பாம்பு விஷத்தில் என்னென்ன அடங்கியுள்ளன?

பாம்பு விஷமானது பலநூறு புரதங்களால் ஆனது. அவை ஒவ்வொன்றும் ஒவ்வொரு வகையில் மனித உடலின் மீது தாக்கத்தை ஏற்படுத்தும்.

விஷமுறிவு மருந்து தயாரிப்பதற்கு பாம்பில் இருந்து விஷம் எடுக்கப்படுகிறது.

ஒரே வகையைச் சேர்ந்த பாம்புகளில் கூட ஒவ்வொரு பாம்பின் விஷத்தின் வீரியமும் மாறுபடும்.

விஷத்தை வெளியிடும் மற்ற எந்த விலங்கினத்தைக் காட்டிலும் பாம்புகளே மனிதர்களுக்கு மிகவும் அருகில் சென்று தாக்கி கூடுதலான உயிரிழப்புகளை ஏற்படுத்துவதும் ஆய்வுகளில் தெரிய வந்துள்ளது.

பாம்பானது மனிதர்களைக் கடித்து விஷத்தை செலுத்தியவுடன் அது இரண்டு வகைகளில் அவர்களின் உடலைத் தாக்கும்.

ஒன்று ரத்த ஓட்டத்தைத் தாக்கி கடும் விளைவுகளை ஏற்படுத்தும் அல்லது நரம்பு மண்டலத்தை முடக்கும். இரண்டு, மரணம் வரை இட்டுச் செல்லக்கூடும்.

ரத்தத்தில் பாம்பின் விஷம் கலக்கும் பொழுது அது சிறு சிறு அளவில் ரத்தம் கட்டிப் போகச் செய்து, ரத்தக்குழாய்களில் துளைகளை ஏற்படுத்தி அதன் மூலம் ரத்தக் கசிவை ஏற்படுத்தி மரணத்தை உண்டாக்கலாம். சில வகை நஞ்சுகள் நரம்பு மண்டலத்தை விரைவாகத் தாக்கி உடலில் மற்ற பகுதிகளுக்கு நரம்புகள் மூலம் கொண்டு செல்லப்படும் சமிக்கைகள் பாதித்து உடலை முடங்கிப் போகச் செய்யலாம். மரணமும் ஏற்படக் கூடும்.

பாம்பு கடித்தவுடன் எவ்வளவு விரைவாக விஷமுறிவு மருந்து கொடுக்கப்பட்டுகிறதோ அந்த அளவிற்கு நல்லது என்று மருத்துவர்கள் கூறுகிறார்கள்.

விஷமுறிவு மருந்தானது பாம்பின் நஞ்சில் இருந்து தயாரிக்கப்படுகிறது.

பாம்பில் இருந்து எடுக்கப்பட்ட நஞ்சு நீர்த்துப்போகச் செய்யப்பட்டு பின்னர் குதிரைகள் அல்லது செம்மறி ஆடுகளில் செலுத்தப்படுகிறது. அப்போது அவற்றின் உடலில் உருவாகும் நோய் எதிர்ப்பு சக்திகளை பிரித்தெடுத்து அதிலிருந்து விஷ முறிவு மருந்து தயாரிக்கப்படுகின்றது.

ஆனால் உலகளவில் மிகக் குறைந்த அளவிலேயே விஷமுறிவு மருத்துகள் தயாரிக்கப்படுவதும், அவற்றின் விலை மிகவும் அதிகமாக உள்ளதும் பாம்புக்கடியால் ஏற்படும் மரணங்களை தடுப்பதில் பாதிப்பை ஏற்படுத்துகின்றன.

இதிலிருந்து நாம் அறிந்து கொள்வது என்னவென்றால் பாம்பின் நஞ்சு தான் விஷமுறிவு மருந்தாகப் பயன்படுகிறது. அதை நீர்த்துப் போகச் செய்து குதிரை, செம்மறி ஆட்டின் உடலில் செலுத்தி நோய் எதிர்ப்பு சக்திகளை பிரித்து எடுத்தால் தான் விஷ முறிவு மருந்து தயாரிக்க முடியும்.

குதிரை, செம்மறி ஆடு இனம் அழியாமல் நாம் பார்த்துக் கொள்ள வேண்டும். இவற்றால் நமக்கு எவ்வளவு நன்மை

ஏற்படுகின்றது என்பதை இந்நூலை கற்றபின்பு தான் உணர முடிந்தது. குதிரை இனத்தை பெருகச் செய்து, செம்மறி ஆடு இனத்தை பெருகச் செய்து விஷமுறிவு மருந்து தயார் செய்து பாம்பினால் ஏற்படும் மரணங்களை தவிர்ப்போம். பாம்பின் நஞ்சு விஷமுறிவு தயாரிக்க பயன்படுகிறது என்பது இதுநாள் வரை எனக்குத் தெரியும். ஆனால் குதிரை செம்மறி ஆடுகளில் செலுத்தி அதன் நோய் எதிர்ப்பு சக்தியினை பிரித்தெடுத்து விஷமுறிவு மருந்து தயாரிக்கப்படுகிறது என்ற தகவலை நான் இன்றைய தினம் தான் அறிந்தேன். நூல் ஆசிரியர் புதிரவன் அவர்களுக்கு நம்முடைய வணக்கத்தையும், நன்றியையும் தெரிவித்துக்கொள்வோம்.

மருத்துவம்

ஆஸ்துமா

ஆஸ்துமா ஒரு தொற்றுநோய் அல்ல. ஆனால் பரம்பரை நோயாக கருதப்படுகிறது.

அலர்ஜி அல்லது ஒவ்வாமை

ஒவ்வாமைப் பொருள்கள் மூன்று வகைப்படும்

1. உணவு முறை ஒவ்வாமைப் பொருள்கள்

2. சுற்றுப்புற ஒவ்வாமைப் பொருள்கள்.

3. மருத்துவ ஒவ்வாமைப் பொருட்கள்

உணவு முற ஒவ்வாமைப் பொருள்

ஆப்பிள், கொய்யாப்பழம், தயிர், மோர், நெய், மண்பானைத் தண்ணீர், ஐஸ் தண்ணீர் முட்டை தக்காளி, உருளைக்கிழங்கு, மீன், கோதுமை, வெண்டைக்காய், கோழி இறைச்சி போன்றவை எல்லாமே ஒவ்வொருவருக்கும் ஒவ்வொரு வகையில் அலர்ஜியை ஏற்படுத்தி ஆஸ்துமாவை உண்டாக்குகின்றன.

ஆஸ்துமா உள்ளவர்கள் இறால் மீன் சாப்பிட்டால், ஆஸ்துமா அதிகமாகும்.

சுற்றுப்புற ஒவ்வாமைப் பொருட்கள்

பஞ்சுமெத்தை, பஞ்சு தலையணையில் உள்ள தூசு மூச்சுக்காற்றில் கலந்து நுரையீரல்களுக்குள் சென்று விடும். அதனால் தும்மல், இருமல், மூச்சிரைப்பு போன்றவற்றால் பாதிக்கப்படுவார்கள்.

ஆஸ்துமா உள்ளவர்களுக்கு வீட்டுத்தூசி, ஒட்டடை, புகையிலை, பஞ்சு, புகை, குளுமையான காற்று, குளிர்ந்த நீர், மலர்களின் மகரந்தம், வளர்ப்புப் பிராணிகளின் உரோமம், அவற்றின் எச்சில் போன்றவையும் சாதாரண புறவழி ஒவ்வாமை பொருள்களாகும்.

மருத்துவ ஒவ்வாமைப் பொருள்கள்

சிலருக்கு பென்சிலின், ஆஸ்பிரின், சல்போனமைடு போன்ற மருந்துகள் ஒத்துக்கொள்வதில்லை. ஆஸ்துமா நோயாளிகளுக்கோ இவை அறவே ஒத்துக்கொள்வதில்லை.

மேலே மூன்று தலைப்புகளில் நாம் பார்த்தவை மட்டுமே ஒவ்வாமைப் பொருட்கள் அல்ல. இவை தவிர நூற்றுக்கணக்கான ஒவ்வாமைப் பொருள்கள் உள்ளன. ஆஸ்துமா நோயாளிகளைப் பொறுத்தவரை அவை ஒவ்வொருவருக்கும் வித்தியாசப்படுகின்றன.

வெறிநாய்க்கடிக்கு மருந்து

பாஸ்டர் லூயி பிரான்ஸ் நாட்டில் டோல் என்னும் ஊரில் 27–12–1882இல் தோல் பதனிடும் ஏழைத் தொழிலாளியின் மகன் காய்கறி தோட்டக்காரியின் மகளுக்கு லூயி குழந்தையாகப் பிறந்தார். பாடசாலையில் படித்து பாரிசிலுள்ள நார்மல் பாடசாலையில் சேர்ந்து ராயல் கல்லூரியில் 1840ல் பேச்சலர் ஆப் லெட்டர்ஸ் ஆனார். சயின்ஸ் பட்டமும் பெற்றார்.

இவர் புகழ்பெற்ற இயற்கை விஞ்ஞானி ரசாயண விஞ்ஞானி திராட்சையிலிருந்து தயாரிக்கப்படும் ஒயின் அடிக்கடி கெட்டு வந்தது. ஒரு வகை நுண்ணுயிர் திராட்சை ரசத்தைப் புளிக்கச் செய்வதும், மற்றொருவகை நுண்ணுயிர் ஒயின் பானத்தை

நாற்றம் உள்ளதாக அழுகச் செய்வதுமே இதற்கு இதற்குக் காரணம் என்று பாஸ்டர் கண்டு பிடித்தார்.

ஒரு குறிப்பிட்ட வெப்பநிலையில் ஒயினை வைத்தால் அது கெடாமல் இருக்கும் என்றும் கண்டுபிடித்தார். கறந்த பாலைக் கெடாமல் பாதுகாக்கவும் இப்போது பாஸ்டர் முறை பயன்படுகிறது.

பால் புளித்து தயாரிக்கும் போது மேல்பரப்பில் சாம்பலவ் நிறப்பொருள் படிந்திருப்பதைக் கவனித்தார். அது அளவில் பெருகி கொண்டே போவதையும் கண்டார். புளித்த பாலில் படிந்திருப்பது ஒரு உயிருடைய பொருள் அது காற்றிலிருந்து பாலில் விழுகிறது. அதுவே நொதித்தனலினைச் விளைவிக்கிறது என்றும் அறிந்தார்.

கால்நடைக்கு வரும் ஆந்திராக்ஸ் என்னும் நோயின் காரணத்தையும் அந்நோய் தாக்காமல் தடை செய்து காப்பதற்கு அம்மைப்பால் போன்ற ஒரு தடுப்புப்பாலையும் தயார் செய்து கால்நடைகளை காப்பாற்ற உதவினார்.

ஜோசப் மையின்டர் என்னும் ஒன்பது வயதுள்ள சிறுவன் வெறிநாய்க்கடியால் பாதிக்கப்பட்டான். அவனை மருத்துவர்கள் பிழைக்க வைப்பது அரிது என்றும் கருதினர். ஆனால் லூயி பாஸ்டர் வெறிநாய் கடித்தால் குணமாக்க சீரம் என்ற குத்து மருந்தையும் கண்டுபிடித்தார். அதனால் வெறிநாய்க் கடித்தவர்கள் நலமடைந்தனர்.

காலரா, டைபாய்டு, மஞ்சள் காமாலை தொண்டை அடைப்பான் போன்ற தொற்று நோய்களுக்கு தடுப்பு மருந்து கண்டுபிடிக்கப்பட்டது. சென்னையை அடுத்துள்ள நீலகிரி மாவட்டம் குண்ணூரில் பாஸ்டர் நிலையம் 1907இல் திறக்கப்பட்டது.

எளிய வாழ்க்கை வாழ்ந்த லூயிபாஸ்டர் செப்டம்பர் 1895இல் பேரும் புகழுடன் காலமானார்.

மருத்துவம்

நினைவாற்றல் மேம்பட

1.10 பாதாம் பருப்பை ஊற வைத்து இரவு சாப்பிட வேண்டும். காலையில் என்றால் 4-5 உட்கொள்ளலாம்.

2.வெண்டைக்காயை அதிகம் சேர்த்துக் கொள்ள வேண்டும் பிஞ்சு வெண்டைக்காயை பச்சையாகச் சாப்பிடலாம்.

3.ஒரு கப் எலுமிச்சை சாற்றில் மூன்று கிராம் வால் மிளகு சேர்த்து சாப்பிட வேண்டும்.

4.வல்லாரை இலைகளை நெய்யில் வதக்கி மிளகு சேர்த்து சட்னி போல சாப்பிடலாம்.

5.தினமும் 5 துளசியிலைகளைச் சாப்பிடலாம்.

6.கல்யாண பூசணி சாறு 100 மி.லி. 1 சிட்டிகை ஏலக்காய் பொடி சேர்த்துத் தினமும் ஒரு கப் சாப்பிடலாம்.

7.5 கிராம் அதிமதுரச் சூரணத்தை நெய்யில் குழைத்துக் காலை, மாலை சாப்பிடலாம்.

8.உணவில் சிறிது நெய் சேர்த்து சாப்பிடுவது சிறந்தது. வல்லாரை, நெய் கூடுதல் பலனை அளிக்கும்.

9.அஸ்வகந்தா சூரணத்தை 10 கிராமட எடுத்து இரவில் பாலில் கலந்து சாப்பிடலாம்.

10.3 கிராம் மஞ்சள்பொடி, 5 கிராம் இஞ்சிப் பொடி, லவங்கப்பட்டை 3 கிராம், 20 மி.லி. கல்யாண கிருதத்துடன் இரவில் சாப்பிடலாம்.

11.புதினா கீரையை தினமும் சேர்த்துக் கொள்வது நல்லது.

12.தினமும் நான்கு நெல்லிக்காய் சாப்பிடலாம்.

13.பிராலய்லர் கோழி சாப்பிட வேண்டாம். இந்தியாவில் பிறந்து ஒரு மாதத்திற்குள் இரண்டு லட்சம் குழந்தைகளை இறந்து போகின்றன. இதில் மூன்றில் ஒரு குழந்தை ஆண்டிபயாட்டிக் எதிர்ப்பு சக்தியால் இறக்கிறது.

காசநோய்க்கு சிகிச்சை எடுத்துக் கொண்டவர்களில் 15 சதவிகிதம் பேருக்கு ஆன்டிபயாடிக் எதிர்ப்பு சக்தி இருக்கிறது. இந்த ஆண்டிபயாட்டிக் எதிர்ப்பு சக்திக்கு நாம் சாப்பிடும் பிராய்லவர் கோழிகளும் காரணமாக இருக்கலாம். என்று டெல்லி சி.எஸ்.ஐ.அமைப்பு நடத்திய ஆய்வு தெரிவிக்கிறது. பிராய்லர் கோழிகளுக்கு ஆண்டிபயாடிக் கொடுப்பதன் மூலம் குறைந்த செலவில் அவை வேகமாகவும், கொழுகொழுவென்றும் வளர்கின்றன.

ஆன்டிபயாடிக் கொடுக்கப்பட்ட கோழியை சாப்பிடுவதன் மூலம் நம் உடலிலும் ஆன்டிபயாடிக் எதிர்ப்புசக்தி ஏற்படலாம். அந்த நிலையில் நமக்கு நோய் வந்து ஆண்டிபயாடிக் மருந்து உட்கொண்டால் உடல் குணமாகாமல் போக நேரிடலாம்.

ஏனென்றால் கோழியை சமைத்து சாப்பிட்டாலும் கூட அதிலிருக்கும் ஆண்டிபயாடிக் முற்றிலும் அழிவதில்லை. அத்துடன் கோழியின் உடலில் இருக்கும் ஆண்டிபயாடிக் எதிர்ப்பு சக்தி பெற்ற பாக்டீரியா நமது உடலுக்கு பரவக்கூடும்.

மருத்துவம்

வெங்காயத்தாள்

வெங்காயத் தாளில் உள்ள பெக்டின் என்னும் நீரில் கரையக் கூடிய கூழ்ம நிலை கார்போஹைட்ரேட் குறிப்பாக பெருங்குடல் புற்றுநோய் ஏற்படுவதற்கான வாய்ப்பைக் குறைக்கிறது.

வெங்காயத்தாள் கண்நோய் மற்றும் கண்பிரச்சனைகளுக்கு நல்ல தீர்வை வழங்குகிறது. வெங்காயத்தாள் இதய ஆரோக்கியத்திற்கு நல்லது அவைகள் உடலில் உள்ள கொழுப்புகளை குறைக்கவும் மற்றும் அதனால் உண்டாகும் இதய நோய் அபாயத்தையும் குறைக்கின்றது. வெங்காயத்தாள் இரத்த அழுத்த அளவுகளை குறைக்கவும் மற்றும் கட்டுப்படுத்தவும் உதவுகிறது. வெங்காயத்தாள் இரதத்தில் உள்ள கொழுப்பு அளவுகளை குறைக்க உதவுகிறது.

வெங்காயத் தாளில் உள்ள குரோமியம் சத்து நீரிழிவு நோய்க்கான சுகாதார நலன்களை வழங்குகிறது. இது ரத்தத்தில் காணப்படும் சர்க்கரையின் அளவை கட்டுப்படுத்துகிறது. மற்றும் ஊட்டச்சத்து தன்மையை அதிகரிக்கிறது.

வெங்காயத்தாளில் உள்ள அமிலமானது இரத்த சர்க்கரை அளவைக் குறைக்க மிகவும் பயனுள்ளதாக உள்ளது. வெங்காயத்தாளில் உள்ள பாக்டீரியா எதிர்ப்பு பண்புகளினால் ஜலதோஷம் மற்றும் காய்ச்சலை எதிர்த்து போராட உதவுகிறது.

மருத்துவம்

ஆழ்கடலின் அருமருந்துகள் :

ஆழ்கடலின் அரிய வளங்களுள் மற்றொன்று அவை வழங்கும் அரு மருந்துகளாம் ஏறத்தாழ 500,000 வகைக் கடல் வாழ் உயிரினங்கள் மருத்துவ முக்கியத்துவம் வாய்ந்தவையாக உள்ளன. கடல் வாழ நுண்ணுயிர்கள், கடல் பாசிகள், கடல் காளான்கள் முதலிய சிறு உயிர்கள் நோய் எதிர்ப்புச் சக்தியை உடையனவாயிருக்கின்றன. இதற்கு கடல் வாழ் உயிரினங்களிலிருந்து கிடைக்கும் பொருள், நரம்பு சம்பந்தமான இருதய சம்பந்தமான ரத்த ஒட்ட சம்பந்தமான நோய்களை குணமாக்க வல்லதாம்.

கடல் வாழ் நுண்ணுயிர் மற்றும் கடல் காளான்கள் போன்றவற்றிலிருந்து கிடைக்கும் எல் ஆஸ்பராஜினேஸ் எனும் பொருள் ரத்தப்புற்று நோய்க்கு அருமருந்தாக பயன்படுகின்றது என்று பரங்கிப்பேட்டை கடல்வாழ் உயிரியல் துறையின் நுண்ணியிர் ஆராய்ச்சியாளர்கள் கண்டுபிடித்துள்ளனர்.

பெனிஸிலியம், ஸ்ட்ரெப்டோமைஸிஸ் முதலிய கடல் காளான்களிலிருந்து பெனிஸிலின், ஸ்ட்ரெப்டோ மைஸிலின் முதலிய நோய் எதிர்ப்பு மருந்துகள் தயாரிக்கப்படுகின்றன.

புரோக்கோலியில் உள்ள சத்துக்கள்

புரோகோலியில் அதிக அளவிலான நார்ச்சத்து இருக்கிறது. கரையும் தன்மைக் கொண்ட இந்த நார்ச்சத்து, உடலில் இருக்கும் கெட்ட கொழுப்புகள், நச்சுகள் போன்றவற்றை நீக்கும் தன்மை கொண்டது. புரதச் சத்தும் அதிகமுள்ளது.

புரோகோலியில் இருக்கும் இருக்கின்ற பிளேவனாய்ட்கள், கேரோட்டினாய்ட்கள் மற்றும் திறன்கொண்ட ஆன்டி ஆக்சிடென்ட்கள் உடலிலுள்ள செல்களின் மறு உருவாக்கத்திற்கும் உடலில் நோய்கள் வராமல் தடுக்கவும் கை கொடுக்கின்றன. இந்த வகையில் புற்று நோய் வராமல் தடுக்கவும் கை கொடுக்கின்றன. இந்த வகையில் புற்று நோய் வராமல் தடுக்கும் திறனும், அந்நோயை குணப்படுத்தும் திறனும் புரோகோலிக்கு இருக்கிறது.

மேலும் புரோகோலியில் இருக்கும் ஐசோதயோ சயனேட்கள் ரத்தக் குழாய்களையும், இதயத்தையும் பாதுகாக்க உதவுகின்றன. உயர் ரத்த அழுத்தத்தை குறைக்க புரோகோலி மிகவும் பயன்படுகிறது.

புரோகோலியை சத்துக்கள் மாறாமல் சமைக்க வேண்டும்.

ஆவியில் 3 முதல் 4 நிமிடங்கள் வரை வேக வைத்து சாப்பிடலாம். அல்லது நீரில் 1 நிமிடம் கொதிக்க வைத்து புரோகோலியை உடனே வெளியில் எடுத்து விட வேண்டும். பிறகு அதைப் பயன்படுத்தலாம்.

மருத்துவம்

பொன்னாங்கண்ணி

தாய்ப்பாலை பெருக்கும், பித்தப்பை சீராக இயங்க உதவும். மெலிந்த உடலைத் தேற்றும்.

தூக்கத்தைத் துண்டும். நரம்பு மண்டலத்தை சீர் செய்து சாந்தப்படுத்தக் கூடியது. நரம்பு நோய்கள் வராமல் தடுக்கும்.

ஞாபக சக்தியை வளர்க்கும் கண்களுக்கும் மூளைக்கும் குளிர்ச்சி தரும். பாம்புக்கடி விஷத்தையும் முறிக்கும் தன்மை இதன் சாறுக்கு உண்டு.

குறைவான ரத்த அழுத்தம் கட்டுப்படும் ரத்தத்தில் சேரும் கொழுப்பு மற்றும் சர்க்கரையை குறைக்க வல்லது.

புண்களை ஆற்றக் கூடியது. புற்றுநோய் வராமல் தடுக்க உதவும்.

இந்தக் கீரையை வேக வைத்து இளஞ்சூட்டுடன் உப்பு சேர்க்காமல் வெண்ணெய் சேர்த்து சாப்பிட்டு வர கண்பார்வை தெளிவு பெறும்.

குடலிறக்க நோய் வராமல் பாதுகாக்கும், மார்புசளியை கரைக்கும். ஆஸ்துமா போன்ற நுரையீரல் நோய்களை அகற்றும்.

இக்கீரையை வதக்கி மிளகு சேர்த்து சிறிது உப்பு சேர்த்து ஒரு மண்டலம் (48) நாட்கள் சாப்பிட்டு வர உடல் வனப்பு பெறும் உடல் பொன் நிறமாகும்.

பூமியில் இருக்கும் பொன் சத்தினை உறிஞ்சும் தன்மை இதற்கு உண்டு என்பதால் பொன்னாங்கண்ணி என்றழைக்கப்படுகிறது.

மருத்துவம்

ஆயுர்வேதம் கூறும் பொருத்தமில்லா கலவை

1. பால், தேன், மீன் இவை மூன்றையும் ஒன்றாக உண்ணக்கூடாது.

2. தேனையும், நெய்யையும் சம அளவில் கலந்து உண்ணக் கூடாது.

3. எந்த வகை உணவாக இருந்தாலும் அதனுடன் பாலையும், தயிரையும் ஒன்றாகச் சேர்த்து உண்ணக்கூடாது.

4. வெங்காயத்தையும் பாலையும் கலந்து எந்த உணவுடனும் சாப்பிடக்கூடாது.

5.பாலை குடித்துவிட்டு புளிப்புச் சுவை உள்ள பழங்களை உண்ணக் கூடாது. பாலை குடித்த பின் அரை மணி நேரம் சென்ற பிறகே இனிப்பான பழங்களாக இருந்தாலும் உண்ணுவது நல்லது.

6.பாலுடன் உப்பு சேர்த்து உண்ணக்கூடாது.

7.மது அருந்தி விட்டு சூடான பானங்களை அருந்தக் கூடாது. தேன், தயிர் இவற்றைச் சாப்பிடக் கூடாது.

8.வாழைப்பழத்தை மோருடனோ, தயிருடனோ கலந்து உண்ணக்கூடாது.

9.ஜில்லென்ற உணவினை சாப்பிட்டுவிட்டு உடனே சூடான உணவை உண்ணக் கூடாது.

10.கோழி உண்ணும் போது தயிர் சாப்பிடக்கூடாது. பலர் கோழி பிரியாணி சாப்பிட்டு விட்டு தயிரில் போடப்பட்ட வெங்காயப்பச்சடியை சாப்பிடுவது வழக்கம். பொதுவாக கோழி இறைச்சியை சாப்பிட்டுவிட்டு தயிர்சாதம் உண்ணல் ஆகாது என்று ஆயுர் வேத சாஸ்திரம் கூறுகிறது.

11.மீன் சாப்பிடும் போது வெல்லமோ, சீனியையோ சாப்பிடக்கூடாது.

12.இறைச்சி சாப்பிட்டு விட்டு பால் அருந்தக் கூடாது.

பொருந்திய உணவு

1.பாலுடன் சீனி

2. மஞ்சள் தூள் கலந்த பால்

3.எலுமிச்சையுடன் இஞ்சிச்சாறு

4.பஞ்சாமிர்த கலவை உடலுக்கு ஏற்புடையதாக சொல்லப்படுகிறது.

5.தயிர், கீரை போன்ற உணவுகளை தினசரி சேர்த்துக் கொள்ளலாம். ஆனால் இவற்றை இரவு உணவில் சேர்த்துக் கொள்ளக்கூடாது என்று ஆயுர்வேதம் கூறுகின்றது.

மருத்துவம்

மிளகு

மிளகில் கால்சியம், இரும்பு, பாஸ்பரஸ் சத்துக்கள் தையமின் ரிபோபிளேவின், நியாசின் முதலிய உயிர்ச்சத்துக்கள் அடங்கியுள்ளன.

மருத்துவக் குறிப்புகள் (உணவிற்கு முன்)

பசியின்மை

தினமும் மிளகுப்பொடி அரைகிராம் அளவு எடுத்து, வெது வெதுப்பான நீரில் கலந்து பருகிவர பசி உண்டாகும். உமிழ்நீரைப் பெருக்கி உணவை செரிக்க வைக்க உதவும்.

செரியாமை :

மிளகு, சுக்கு, திப்பிலி, பெருஞ்சீரகம், இந்துப்பு ஆகியவற்றை சமஅளவு பொடி செய்து, 1 கிராம் இருவேளை வெந்நீரில் எடுத்துவர செரியாமை நீங்கி வயிற்று நோய்களும் நீங்கும்.

இருமல்

ஜலதோஷத்தோடு வந்த இருமல் நீங்க மிளகு கஷாயத்தில் பனைசர்க்கரை சேர்த்து குடித்து வர வேண்டும்.

உடல் சூட்டினால் வரும் இருமல்

மிளகுப்பொடியை பனைவெல்லத்தில் சேர்த்துப் பிசைந்து சிறிதளவு 3 நாட்கள் உட்கொள்ள இருமல் மறையும்.

உடல் நச்சுத் தன்மை போக்க

மிளகு 10 வெற்றிலை 1 அருகம்புல் ஒரு கைப்படி இடித்துப் போட்டு குடிநீரில் கலந்து குடித்து வரவும்.

பூரான் கடி

வெற்றிலை சாறு 180 மில்லியுடன் மிளகு 35 கிராம் சேர்த்து ஒரு நாள் முழுவதும் ஊற வைத்து பின் ஊறிய மிளகை உலர்த்தி பொடி செய்து பீங்கான் பாத்திரத்தில் வைத்துக் கொள்ள வேண்டும். இந்தப் பொடியை இருவேளை 2 விரல்பிடி கிள்ளி எடுத்து வெந்நீரில் கலந்து குடித்து வர பூரான் கடி விஷம் உடலில் நீங்கும் பத்தியம் (உப்பு, புளி நீங்க வேண்டும்)

புழு வெட்டுக்கு

மிளகு, வெங்காயம், உப்பு சேர்த்து அரைத்து புழுவெட்டு உள்ள இடத்தில் பூசி வர முளைக்கும் புண் ஏற்பட்டால் தேங்காய் எண்ணெய் பூசடி வர புண் ஆறி விடும்.

மிளகு ரசம்

தினமும் உணவில் சேர்த்துக் கொண்டால் வயிற்று உபாதைகள், சுவாசப் பிரச்சினைகள் வராமல் இருக்கும். மூளையின் செயல்பாடுகளை அதிகரிக்கச் செய்யும்.

மிளகுடன் வெற்றிலை சேர்த்து லேசாக இடித்து கொதிக்க வைத்து வடிகட்டி அந்த நீரைக் குடித்து வர மருந்துகளால் உடலில் சேரும் நச்சுத்தன்மை நீங்கும்.

மருத்துவம்

கிவி ப்ரூட் தொடர்ந்து சாப்பிட்டு வந்தால் ஒட்டு மொத்த உடல் நலனுக்கு நல்லது என்பது ஆய்வில் கூறப்பட்டுள்ளது.

தோல் பச்சையாகவும், உள்ள சிறிய கருப்பு விதைகளுடன் பச்சை, மஞ்சள் கலந்த கதையுடனும் இருக்கும் பழம் கிவி. இதை நம்மூரில் கேக் பாஸ்ட்ரி ஆகியவற்றின் மீது அழகுக்காக வைத்திருப்பதைப் பார்த்திருக்கலாம். தமிழில் அதன் பெயர் பசலிப்பழம்.

அதில் உடல் நலனுக்குத் தேவையான சத்துக்கள் கொட்டிக் கிடப்பதாக ஆய்வு தெரிவிக்கிறது. ட்ரிவோலி கிராண்ட் ஓட்டல் நிபுணர் பாட் கூறியதாவது

கிவி ப்ரூட்டில் ஏராளமான மினரல்கள் வைட்டமின்கள் உள்ளன. சிட்ரஸ் ரக பழமான அதில் விட்டமின் ஏ, சி, இ, அதிகமாக தோல், இதய நோய்கள் புற்றுநோய், உடல் பருமன், உட்பட பலவற்றில் இருந்து விட்டமின் சி நம்மைக் காக்கிறது.

விட்டமின் சியின் பணிகளை விட்டமின் இ அதிகரிக்கும் இந்த இரண்டும் கிவி புருட்டில் அதிகம். இவை நமது உடலை எல்லா நோய்களில் இருந்தும் காக்கும் எதிர்ப்பு சக்தியை அளிக்கின்றன.

கிவி புருட்டில் உள்ள நார்ச்சத்துக்கள் ரத்தத்தில் உள்ள சர்க்கரை அளவைக் கட்டுப்படுத்துவதால் டயாபடீஸ் குணமாகும். ரத்த அழுத்தத்திற்கு காரணமான கொலஸ்ட்ராலை குறைக்கும். குழந்தைகளுக்கு ஆஸ்துமா, மூச்சிழுப்பு, சளி ஆகியவவை இருந்தால் கிவி ப்ரூட் குணப்படுத்தும் என்றார். முக்கிய பழ சந்தைகள், மார்க்கெட்டில் கிடைக்கும் கிவி ப்ரூட்டை வாங்கி தொடர்ந்து சாப்பிட்டு வந்தால் முழு ஆரோக்கியம் பெறலாம்.

மருத்துவம்

அறுசுவை உணவு

நமது உடலானது இரத்தம், சதை, கொழுப்பு, எலும்பு, நரம்பு, உமிழ்நீர், மூளை ஆகிய எட்டு முக்கியத் தாதுக்களைக் கொண்டுள்ளது. இதனால் உடலை யாக்கை என்று கூறினர். இதில் ஏழாவது தாதான மூளை சரியாக இயங்குவதற்கு முதல் ஏழு தாதுக்கள் தகுந்த அளவில் உடலில் இருக்க வேண்டியது அவசியம்.

இத்தாதுக்கள் அறுசுவைகளுடன் பிண்ணிப் பிணைந்துள்ளன.

துவர்ப்பு

உடல் ஆரோக்கியத்திற்கு ஏற்ற சுவை இது. வியர்வையை கட்டுப்படுத்துகிறது. இரத்தப்போக்கினை குறைக்கிறது. வயிற்றுப்போக்கினை சரி செய்கிறது. இதன் இன்னொரு பக்கத்தை பார்த்தால் இச்சுவை உடலில் அதிகரித்தால் இளமையிலேயே முதுமைத் தோற்றம் ஏற்படும் விரைவில் வாய் உலர்ந்து போகும். வாத நோய்களுக்கு காரணமாகும்.

வாழைக்காய், மஞ்சள், மாதுளை, மாவடு, அவரை, அத்திக்காய் போன்ற பொருட்களில் துவர்ப்பு சுவை அதிகம் அடங்கியுள்ளது.

இனிப்பு சுவை

மனதுக்கும் உடலுக்கும் உடனடி உற்சாகத்தைத் தரக்கூடிய சுவை இது. குழந்தைகளின் வளர்ச்சிக்கு உதவும்.

இதை அதிகமாக சேர்த்துக்கொண்டால் அதிக தூக்கம், எடை அதிகரிப்பு, உடல் தளர்ச்சி போன்ற தொல்லைகளுக்கு வாய்ப்பு அதிகம்

இனிப்பு சுவை அனைத்து பழங்களிலும் உண்டு. உருளை, கேரட், பீட்ரூட் போன்ற கிழங்குகள், அரிசி கோதுமை போன்ற தானியங்கள், கரும்பிலும் இனிப்பு சுவை அதிகம் உண்டு.

புளிப்பு சுவை

உணவின் ருசியைக் கூட்டக் கூடியது. பசியுணர்வைத் தூண்டும். உணர்வு நரம்புகளை வலுவாக்கும். இதயத்திற்கும், செரிமானத்திற்கும் நல்லது.

இதன் எதிர்மறை பலன்களைப் பார்த்தால் பற்களை பாதிக்கும். தாகத்தை ஏற்படுத்தும். அரிப்பு போன்ற உபாதைகளை ஏற்படுத்தும்.

எலுமிச்சை, புளி, மாங்காய், தக்காளி, புளிச்சக்கீரை, நார்த்தங்காய், கொழிஞ்சிப்பழம் போன்ற காய்கறிகளிலும் தயிர், மோர் போன்ற உணவுப்பொருட்களிலும் புளிப்பு சுவை அதிகம் கிடைக்கிறது.

காரச் சுவை

பசியுணர்வை ஏற்படுத்தும் செரிமானத்திற்கு உதவும் உடல் இளைக்கவும் உடலில் உள்ள அதிகப்படியான நீரை வெளியேற்றவும் செய்கிறது. இரதத்தத்தை சுத்தப்படுத்துகிறது. தோல் நோய்களை குணப்படுத்த உதவுகிறது.

இதன் எதிர்மறை பலன்கள் என்றால் அதிகமான காரம் உடல் எரிச்சலை ஏற்படுத்தும். உடல் சூட்டை அதிகரித்து வியர்வையை அதிகமாக சுரக்கச் செய்யும். குடல் புண்கள் ஏற்படும் வாய்ப்புகள் அதிகம்.

மிளகாய், மிளகு, வெங்காயம், இஞ்சி, பூண்டு, கடுகு, வெற்றிலை போன்ற பொருட்களில் காரச்சுவை அதிகம் உண்டு.

கசப்பு சுவை

இச்சுவை தான் நமக்கு அதிக நன்மைகளைச் செய்கிறது. சிறந்த நோய் எதிர்ப்புச் சக்தி கொண்ட சுவை இதர சுவைகளை அறிய கசப்பு சுவை உதவுகின்றது. உடல் எரிச்சல், அரிப்புகள் போன்ற நோய்களை கட்டுப்படுத்துகிறது. காய்ச்சலை தணிக்கிறது. இரத்தத்தை சுத்திகரிப்பு செய்கிறது.

இது அதிகமாயின் உடலில் நீர் குறைந்து போகச் செய்யும். தோல் வறண்டு கடினத் தன்மை அடையும். எலும்புகளை பாதிக்கும் அடிக்கடி மயக்கத்தை ஏற்படுத்தும். சில சமயம் சுய உணர்வற்ற நிலைக்கும் கொண்டு போகும் தன்மை உடையது.

பாகற்காய், சுண்டைக்காய், வெந்தயம், வேப்பம்பூ, அகத்தி, ஓமம் ஆகியவற்றில் கசப்பு சுவை அதிகம்.

உவர்ப்பு சுவை

உணவில் தவிர்க்க முடியாத சுவை இது. உணவின் ருசியை கூட்டுவது இச்சுவை தான்.

ஆனால் சரியாக இருக்க வேண்டும். இச்சுவை உணவில் கூடிப் போனால் அந்த உணவை உண்ணுவது கஷ்டம் இச்சுவை உமிழ்நீர் சுரப்பதற்கு உதவுகிறது. செரிமானத்திலும் பெரும்பங்கு வகிக்கிறது. சுவைகளை சமன் செய்ய உதவுகிறது.

இச்சுவை அதிகரித்தால் தோல் தளர்ச்சியை ஏற்படுத்துகிறது. உடல் சூட்டினை அதிகப்படுத்துகிறது.

கடல்நீர், முள்ளங்கி, பூசணி, சுரைக்காய், பீர்க்கங்காய் போன்றவற்றில் இச்சுவை அதிகம்.

தினசரி உணவில் அறுசுவைகளும் வேண்டும் என்கிறது ஆயுர்வேதம் உடல் ஆரோக்கியமாக இருக்கவும் நோய்நொடிகள் வராமல் தடுக்கவும் இளமையை நீட்டிக்கவும் அறுசுவைகளும் அவசியம்.

மருத்துவம்

உடலுக்கு தேவைப்படும் தாதுச்சத்துக்கள்

கால்சியம்

பால்பொருட்கள் மற்றும் பசுமையான அனைத்துக் காய்கறிகளும்.

பயன்கள்:

தேவையான அளவு இரத்தம் உறைதலுக்கும், எலும்பு வளர்ச்சிக்கும், நரம்பு மண்டல திசுக்களுக்கும் அத்தியாவசியமானது.

பெரியவர்களுக்கு – 800 மி.கி. வளரும் – சிறியவர்களுக்கு 1200 மி.கி.

பாஸ்பரஸ்

மாமிச உணவு பால் பொருட்கள் பீன்ஸ் பட்டாணி, சிறு தானிய வகைகள்

பயன்கள்:

திசுக்களின் சக்திக்கும், சக்தியை சேமித்து வைப்பதற்கும், பொதுவான திசுக்களின் செயல்பாட்டிற்கும் அவசியம். தினசரி தேவை 800 மி.லி.

பொட்டாசியம்

வாழைப்பழங்கள், உருளைக்கிழங்கு, கீரை வகைகள்

பயன்கள்:

திசுக்களில் உள்ள திரவ நிலையை கட்டுப்படுத்துவதற்கும், திசுக்களின் எல்லா செயல்பாட்டிற்கும் தினசரி தேவை.

மக்னீசியம்

பீன்ஸ் பட்டாணி, கொட்டைப் பருப்புகள், சிறு தானிய வகைகள்

பயன்கள்:

எல்லா திசுக்களுக்கும் தேவையான சத்து நரம்பு மின்சார தூண்டுதலுக்கும், தசைகள் இயங்குவதற்கும் தேவையானது அளவு 300–350 மி.கிராம்.

அயோடின்

எல்லா கடல் உணவுகளிலும் அயோடின் சேர்க்கப்பட்ட உப்பிலும் உள்ளது.

பயன்கள்:

தைராய்டு சுரப்பிக்கு முக்கியமானது இதுவே தினசரி தேவையான அளவு 0.1 மி.கி.

இரும்புச்சத்து

மாமிச ஈரல், முட்டை, சிறுதானிய வகைகள், சுண்டைக்காய், அரைக்கீரை மற்றும் கீரை வகைளில் உள்ளது.

பயன்கள்:

இரத்த சிவப்பணு உற்பத்தி செய்யவும், பிராணவாயுவை உடலில் எல்லா பாகங்களுக்கும் எடுத்துச் செல்லும் ஹீமோகுளோபின் என்ற ரத்த மூலக்கூறுகளில் ஒன்றை இதுவே தயார் செய்கிறது. தினசரி தேவைப்படும் அளவு 10–18 மி.கி.

ப்ளோரின்

செம்பு சிங்க் தாதுக்கள்

தண்ணீரிலும், கடல் உணவுகளிலும், தவிடு நீக்கப்படாத கோதுமையிலும், மாமிச உணவுகளிலும் பீன்ஸ், பட்டாணி கொட்டை பருப்புகளிலும் உள்ளன.

பயன்கள்:

திசுக்கள் ஆக்ஸிஜனை எடுத்துக் கொள்வதற்கும், திசுக்களில் என்சைம்கள் உருவாக்கப்படுவதற்கும், பல் சொத்தையாகமல் தடுப்பதற்கும் பயன்படுகிறது. தினம் தேவையான அளவு 1.5 – 15 மி.லி.

குரோமியம், செலினியம், மாலிபீடினம், மாங்கனீஸ்

எல்லா வகையான தாவர உணவுகளிலும் கொஞ்சம் கொஞ்சம் காணப்பெறுகிறது.

பயன்கள்:

உடலின் ரசாயன மாறுதல்களில் சிறுபங்கு வகிக்கின்றன. இவை உடலில் மிகச்சிறிய அளவு சேர்ந்தால் போதுமானது

சோடியம்

இது பழங்களில் தவிர மற்ற எல்லா உணவிலும் உள்ளது.

பயன்கள்:

நரம்பு மண்டலம் செயல்படுவதற்கும் தசைகள், சுருங்கி விரிவதற்கும், உடலின் திரவ நிலை சரியாக இருப்பதற்கும் தேவையானது தினம் தேவைப்படும் அளவு 1100 – 3300 மி.கிராம்

அறிவியல்

1) வட துருவத்தில் வருடத்திற்கு ஒரு முறை தான் சூரியோதயம் ஏற்படும். மார்ச் மாதம் 21ஆம் தேதி உதயமாகும் சூரியன் செப்டம்பர் 21 ஆம் தேதி அஸ்தமிக்கும் இங்கே சூரியன் அஸ்தமிப்பதும் வருடத்திற்கு ஒரு முறை தான்.

2) சிரிப்பதற்கு 17 தசைகள் உதவுகின்றன. ஆனால் கோபப்படவோ 43 தசைகளின் ஒத்துழைப்பு வேண்டும்.

3) வீட்டு ஈ 30 வகையான நோய்களை பரப்புகின்றது.

4) இரை வேட்டையாடி உண்ணும் ஊண்ணிகளில் சிங்கத்தின் இதயம் மிகச்சிறியது.

5) உப்பு அதிகமாக உள்ள உணவைச் சாப்பிட்டால் தாகம் ஏற்படும். செரிமானத்தின்போது உப்பு இரத்ததத்துடன் கலக்கிறது. அப்போது ரத்தத்தின் சமநிலை பாதிக்கப்பட்டு உப்பின் அளவு நீரைவிட அதிகமாகி விடுகிறது. இரத்தத்திலுள்ள உப்புநீர் சமநிலையைக் கண்காணிக்கும் உறுப்பமைவு இந்தத் தகவலை மூளையிலுள்ளதாக மையம் அனுப்ப நமக்கு தாக உணர்வு ஏற்படுகிறது. உடனே தண்ணீரைக் குடித்து இரத்த உப்பின் அளவை சமநிலைப்படுத்துகிறோம். இதற்கிடையே ரத்த செல்களை குளிப்பாட்டி வரும் பாய்மதே அதிகப்படியான உப்பை ஈர்த்துக் கொள்கிறது. நாம் குடிக்கும் நீர் இந்தப் பாய்மத்தில் கலக்கிறது. எப்போதும் கூடுதலாக உப்பைச் சாப்பிடுவது உடலுக்கு கெடுதி இரத்த செல்களை குளிப்பாட்டும் பாய்மத்தின் அளவு அதிகரித்து திசுக்கள் வீக்கமடையும் விரல்கள், கணுக்கால் பகுதிகளில் இந்த வீக்கம் நன்கு தெரியும். தவிர இரத்தத்தில் உப்பின் அளவை சமநிலைப்படுத்தும் அமைப்பு ஒரு ஹார்மோனைச் சுரக்கிறது. இந்த ஹார்மோன் இரத்த அழுத்தத்தை அதிகப்படுத்தி மிகைரத்த அழுத்த நோயில் கொண்டு போய் விடுகிறது. இதனால் தான் மிகை ரத்த அழுத்த நோய் உள்ளவர்கள் உப்பை உணவில் சேர்க்கக்கூடாது என்கிறார்கள் மருத்துவர்கள்

6) நாம் தூக்கி எறியும் பழைய காகிதத்தை புதுக் காகிதம் செய்யப்பயன்படுத்துகிறார்கள். பழைய காகிதம் செய்தித்தாள்களை சுக்கல் சுக்கல்களாக கிழித்து வேதிப்பொருள்களைக் கொண்டு சுத்தப்படுத்திக் காகித கூழ் ஆக்குகிறார்கள். காகிதம் தயாரிக்கும் எந்திரத்தில் நகர்ந்து சென்று கொண்டிருக்கும் திரை ஒன்றிருக்கும். அந்தத் திரையில் இந்தக் காகிதக் கூழை பம்புகளின் உதவியால் தெளிக்கிறார்கள். கூழிலுள்ள நீர் திரையினால் வடிக்கப்பட்டுவிட பாய் போல் காகித தாரிழைகள் உருவாகின்றன. இந்தப் பாயின் உருளைக் கொண்டு அழுத்தி ஒரே சமபரப்புள்ள காகிதத்தை உருவாக்குகிறார்கள். இதை உலரவைத்தவுடன் புதுகாகிதம் தயாராகி விடுகிறது.

இதை படித்த பிறகு நான் என் தவறை உணர்ந்தேன். இதுநாள் வரை சுக்கல் சுக்கலாக கிழிக்கப்பட்டு எறிந்த காகிதங்கள் குப்பைகளோடு குப்பையாய் கலந்து எதற்கும் பயனில்லாமல் செய்து விட்டோமே என்ற குற்றவுணர்வு எனக்கு ஏற்படுகிறது. இனி அவ்வாறு சேர்ந்து காகிதங்களை பழைய பேப்பர்காரரிடம் ஒப்படைத்து விட வேண்டும் என்ற எண்ணம் எழுகிறது.

7) நாம் கொட்டாவிட்டால் களைப்பு அதிகமாகி விட்டது. தூக்கம் வருகிறது என்று பொருள். நீர் யானை கொட்டாவிட்டால் அதற்கு கோபம் வந்து விட்டது. எதிராளியைத் தாக்கத் தயாராகி விட்டது என்று பொருள்.

8) வேர்களின் ரோஜா என்று அழைக்கப்படுவது வெங்காயம் உண்மையில் இது வேர் அல்ல. பூண்டு பயிர் வகையைச் சேர்ந்தது. இதில் 500க்கும் மேற்பட்ட இனங்கள் உள்ளன. இறந்த உடலைப் பாடம் செய்ய எகிப்தியர்கள் இதை பயன்படுத்தியதாகத் தெரிகிறது. இதற்கு பல மருத்துவ குணங்களை உள்ளன. வெங்காயத்தின் பிறப்பிடம் இந்தியா எனினும் இதன் பெருமையை உலகறியச் செய்தது எகிப்து

தாவரங்கள்

பாசிகள்

ஆல்கே எனும் பாசியினம் இழைக்கற்றைகள் போன்றும், சுருள்கோள் போன்றும் தோற்றம் அளிக்கும். இது பூமியில் தோன்றிய முதல் உயிரினமாகக் கருதப்படுகின்றது. உலகில் உள்ள அனைத்துப் பகுதிகளிலும் காணப்படுகின்ற உயிரினமாகும்.

பாசிகளின் தன்மைகள்

இவ்வுலகில் எங்கும் பரந்துள்ள பாசியினங்கள் பலவகைகளில் பயன்படுகின்றன. கடலில் வாழ்கின்ற உயிரினங்களுக்கும் உணவாக இருப்பவை பாசிகளாகும். பச்சை நிற பாசி வகைகளில் நான்கு பிரிவுகள் மனிதனுக்கு உணவு தயாரிப்பில் பயன்படுத்தப்படுகின்றன.

பால்வகை பொருட்களில் பர்செல்லாரின் பாசியிலிருந்து தான் தயாரிக்கப்படுகிறது. பொட்டாசியம், புரோனமைன், அயோடின் போன்றவைகள் கடற்பாசியிலிருந்து பெறப்படுகிறது.

கடல்களில் படர்ந்துள்ள பாசிகளினால் நன்மைகளும் இருக்கின்றன. அதுபோல் தீமைகளும் இருக்கின்றன. தகவல் போக்குவரத்தில் சில சமயங்களில் இடைஞ்சலை ஏற்படுத்துகின்றன. இருந்தாலும் பாசிகளினால் வெகு நன்மைகள் அதிகம் பெறப்படுகின்றன.

காளான்

மிகவும் அபாயகரமான காளானாக நாய்க்குடை காளான் மரண மூடிக் காளான் போன்றவை கருதப்படுகின்றன.

தேன் நாய்க்குடை மஞ்சள் காளான், பழுப்பு மஞ்சள் காளான், கைக்குடை காளான் போன்றவை மனிதர்களுக்கு உணவு தயாரிப்பில் பயன்படுகின்றன. மஞ்சள் சாயல் பேய்க்காளான் போன்ற காளான்களை தவறுதலாக உண்டு

விட்டாலே மனிதர்களுக்கு சித்தப்பிரமை மற்றும் பைத்தியத்தை உண்டாக்கிவிடும்.

பூச்சிகளை உண்ணும் தாவரம்

அமெரிக்கா, தென் ஆப்பிரிக்கா போன்ற காடுகளில் உள்ள ஒரு சில தாவரங்களும், மலர்களும் பூச்சிகளை உணவாக உண்ணுகின்றன. பிட்சர் என்ற தாவரமும், ஸன்ட்யூவினஸ்ப்ளை ட்ராப் என்ற பூக்கள் பூச்சிகளை பிடித்து உண்டு ஜீரணிப்பதில் ஒன்றையொன்று போட்டி போடுகின்றன. இவற்றில் சில தாவரங்கள் முழு நேரமும் புழுக்களையும் பூச்சிகளையும் உணவாக உண்ணுவதையே வழக்கமாக கொண்டிருக்கின்றன.

இத்தாவரங்களில் சில வகைகளை டிரசீரர், டயானியா என்று விஞ்ஞானிகள் பெயரிட்டுள்ளார்கள். இந்த வகைத் தாவரங்கள் மிக மெல்லிய ரோமம் போன்ற அமைப்புகளைக் கொண்டு இருக்கின்றன.

இந்த மெல்லிய ரோமங்களில் இருந்து ஒரு வித நச்சுப்பொருள் சுரக்கிறது. புழு, பூச்சிகள் அமரும்போது இந்த நச்சுப்பொருள் மயக்கத்தை ஏற்படுத்தி விடுகின்றன. பிறகு அகப்பை போன்ற தங்கள் இதழ்களால் மயக்கமடைந்த பூச்சிகளை அப்படியே சுருட்டி இழுத்துக் கொள்கின்றன. 3 முதல் 6 அங்குலம் உயரமுள்ள இந்த தாவரச்செடிகளை இலக்குள் இறந்து கிடக்கும் பூச்சிகளைச் சிறிது சிறிதாக உறிஞ்சி சாப்பிட்டு விடுகின்றன.

இந்தியாவில் இது போன்று பூச்சிகளை உண்ணும் தாவரங்கள் அபூர்வமாக வறண்ட காடுகளிலும் சில சதுப்பு நிலப் பகுதிகளிலும் கூட காணப்படுவதுண்டு.

இந்த தாவரங்கள் நீரை எடுத்துக் கொள்வதில்லை. மண்ணிலிருந்து ஊட்டச்சத்துக்களை பெறுவதும் இல்லை. முழுக்க முழுக்க புழு பூச்சிகள் தான் இதற்கு வளர்ச்சியையும் சக்தியஷயும் அளிக்கின்றன.

மருத்துவம்

எக்ஸ்–ரே

மருத்துவத் துறைக்கு விஞ்ஞானம் அளித்த ஒரு வரப்பிரசாதம் இந்த எக்ஸ்ரே இதைக்கண்டு பிடித்தது யார்? எப்படி கண்டு பிடித்தார்? என்பதை அறிய ஆவலாக உள்ளது அல்லவா?

வில்ஹேம் ரோண்ட்ஜென் என்பவர் பௌதீகப் பேராசிரியர், பவேரியா நாட்டைச் (அதாவது ஜெர்மனியை) சேர்ந்தவர். எக்ஸ்–ரே யை கண்டுபிடித்தவர் இவர் தான். இதை இவர் காணப் பெரிய ஆராய்ச்சிகள் ஏதும் செய்யவில்லை அப்படியானால்?

வேறு எதற்காகவோ, எதையோ ஆராய்ந்து கொண்டிருக்கும் பொழுது தற்செயலாக இந்த அதிசயக் கதிர் தன்னைத்தானே அறிமுகம் செய்து கொண்டது. எதிர்பாராத விதமாக கிடைத்த அதிசய ஒளி இது.

ரோண்ட்ஜென், பிரிட்டீஷ் விஞ்ஞானியியாக குரூக்ஸ் என்பவர் உருவாக்கிய ஒருவித மின்சாரக் குழாயில் சோதனைகளை நிகழ்த்திக் கொண்டு இருந்தார். குரூக் மின் குழாயைக் கனமான கருப்பு காகிதத்தினால் கொஞ்சமும் ஒளி வெளியே வராவண்ணம் நன்கு மூடி விட்டு அதில் மின்சாரத்தைப் பாய்ச்சினார். அறையில் தார் போன்ற இருள் கப்பிக்கிடந்தது. ஆனால் குரூக்ஸ் குழாய்க்கு சற்று தொலைவில் ஆராய்ச்சிக்காக இருந்த சில ஸ்படிகங்கள் ஒளியை பிரதிபலித்து தகதகத்துக் கொண்டிருந்தன. ரோண்ட்ஜெனுக்கு வியப்பான வியப்பு. அவருக்கு நம்பிக்கை ஏற்படவில்லை. இந்த ஸ்படிகங்கள் சிந்திய ஒளி சாதாரணமானதாகவும் இல்லை. நல்ல பச்சை நிறமான ஒளி அத்தகைய ஒளி எங்கிருந்து வருகிறது?

அந்த ஆராய்ச்சிச் சாலையில் குரூக்ஸ் குழாயில் இருந்து தான் ஒளி வந்து கொண்டு இருந்தது. வேறு ஒளிக்கு அங்கு மார்க்கமே இல்லை. ஆனால் அவரோ அந்த குரூக்ஸ் குழாயைக் கருப்புக் காகிதத்தினால் ஒளி வெளிப்படாதபடி நன்கு மூடி வைத்திருந்தார். ரோண்ட் ஜென் குரூக்ஸ் குழாய் அருகே சென்று அதன் விளக்கை அனைத்தார். உடனே கனன்று கொண்டிருந்த

பச்சை ஒளி பட்டென்று மறைந்தது. மறுபடியும் குழாயில் மின்சாரம் பாயச் செய்தபோது அதிசயப் பச்சை ஒளி திரும்பவும் தோன்றியது.

திகைப்பும் வியப்பும் அடைந்த ரோண்ட்ஜென் குழாய்க்கும் ஸ்படிகங்களுக்கும் இடையே தமது கையை கொண்டு போனார். கண்ணுக்குப் புலப்படாத மாய ஒளி கருப்புக் காகிதத்தின் வழியாகப் புகுந்து வெளிப்பட்ட அந்த அதிசய ஒளி கைகளின் ஊடாகப்புகுந்து அவரது கையிலுள்ள எலும்புகளின் வடிவத்தை ஸ்படிகங்களின் அருகில் இருந்த ஒரு அட்டை மீது நிழலாக விழச் செய்தது.

கருப்புக் காகிதத்தின் ஊடாகப்புகுந்து வெளிப்படும் சக்திபடைத்த கண்ணுக்குப் புலன் ஆகாத ஏதோ ஒரு வகை ஒளிக்கற்றைகள் தான் ஸ்படிகங்களை ஒளி உமிழச் செய்திருக்கின்றன என்ற முடிவுக்கு வந்தார். உடலின் சதைகளுக்குள் புகுந்து செல்லக் கூடிய ஒரு புதிய ஒளிக்கீற்று இருப்பதை அறிந்தார் ரோண்ட்ஜென். ஆனால் அதன் பெயர் என்ன என்று அவரால் கூற முடியவில்லை. ஆகவே அதற்கு எக்ஸ்–ரே என்று பெயர் இட்டார்.

ரோண்ட்ஜென் புதிய ஒளிக்கீற்றை மேலும் ஆராய்ந்தார். தன்னுடைய மனிபர்சில் நாணயங்கள் சாவி ஆகியவைகளைப் போட்டு இந்த ஒளிக்கும் போட்டோ பதிவு செய்யும் ரசாயணத்தகட்டுக்கும் இடையே அதை வைத்தார் தோலினான பர்சின் மூலம் ஒளி ஊடுருவியது. ஆனால் சாவி நாணயங்களில் அது பாயவில்லை.

பர்சின் உள்ளே இருக்கும் பொருட்கள் வரைபடமாக புகைப்படத் தகட்டில் பதிவாகியது. தனது கண்டுபிடிப்பை விஞ்ஞான உலகிற்கு ரோண்ட்ஜென் அறிவித்தபோது புதிய கண்டுபிடிப்பு விஞ்ஞானிகளால் பெரிதும் வரவேற்கப்பட்டது. பாராட்டப்பட்டது.

இதுவரை காணமுடியாத உடலின் உள் உறுப்புகளின் படங்களைக் காண முடிந்ததில் டாக்டர்களுக்கு மட்டில்லா மகிழ்ச்சி உண்டாயிற்று. எத்தனையோ சிக்கலான எலும்பு முறிவுகளுக்கும் நோய்களுக்கும் எப்படி சிகிச்சை செய்வது

என்று தவித்துக் கொண்டிருந்தவர்களுக்கு வழிகாட்டியாக வந்தது எக்ஸ்-ரே ஒளிக்கதிர்கள்.

தற்செயலாக கண்டுபிடித்த எக்ஸ்-ரே கதிரினால் மருத்துவ உலகில் மகத்தான முன்னேற்றம் ஏற்பட்டது. இந்த கண்டுபிடிப்புக்காக ரோண்ட்ஜெனுக்கு நோபல் பரிசு வழங்கப்பட்டது.

நாணயங்கள் நோட்டுகள், தபால்தலைகள், பத்திரங்கள் ஆகியவற்றில் செய்யப்படும் போலித்தனத்தைக் கண்டுபிடிக்கவும் எக்ஸ்-கதிர்கள் பயன்படுத்தப்படுகின்றன.

உண்மையான வைரம் எது, போலியான வைரம் எது என்பதையும் எக்ஸ்-கதிரின் உதவியால் கண்டு பிடிக்க முடியும்.

அறிவியல்

நுண்ணுயிர் மேகம் என்பது என்ன?

உடலுக்கு உள்ளேயும் சரி, வெளியேயும் சரி மனிதர்கள் நுண்ணுயிர்களால் மூடப்பட்டு இருக்கிறார்கள் என்கிறது அறிவியல்.

உதாரணமாக நம் உடலுக்குள் இருக்கும் நம் உயிரணுக்களை விட ஒரு மடங்கு அதிகமாகப் பாக்டீரியாக்கள் தான் இருக்கின்றனவாம்.

முக்கியமாக நம் உடலுக்குள் இருக்கும் மரபு போருளில் சுமார் 98 சதவிகிதம் பாக்டீரியங்லக்களுடையது என்பதும் குறிப்பிடத்தக்கது.

நம் வாயில் தொடங்கி இமைகளின் நுனிகள், தோலுக்கு அடியில் மற்றும் உணவுச் செரிமான உறுப்புகள் என நம் உடலில் அங்கிக்கொனாதபடி எங்கும் நிறைந்திருக்கின்றனவாம். இதன் காரணமாக நாம் கையசைத்தாலோ தலையைச் சொரிந்தாலோ அல்லது எதுவுமே செய்யாமல் சிவனே என்று உட்கார்ந்திருந்தாலும் நம்மைச் சுற்றி நுண்ணுயிர்களால் ஆனால் ஒரு மேகம் இருந்து கொண்டுதான் இருக்கிறது. அவை 24 மணி

நேரமும் நம் உடலில் இருந்து சிந்திக் கொண்டே இருக்கின்றன என்கிறார்கள் விஞ்ஞானிகள்.

நாம் சிந்தக்கூடிய இந்த நுண்ணுயிர் மேகத்தை வைத்து நம்மை அடையாளம் கண்டுபிடிக்க முடியும் என்று ஒரு செய்தியை முன் வைத்திருக்கிறது. அமெரிக்காவிலுள்ள ஒரிகான் பல்கலைக்கழகத்தில் ஜேம்ஸ் மேடோ என்பவர் தலைமையில் மேற்கொள்ளப்பட்ட ஒரு சமீபத்திய ஆய்வு.

ஒவ்வொரு மனிதனும் தனித்துவமான நுண்ணுயிர் மேகத்தைக் கொண்டவர் என்னும் ஆச்சர்யமான அறிவியல் உண்மையை முதலில் கண்டறிந்துள்ள இந்த ஆய்வில் மனிதர்களைச் சுற்றிய நுண்ணியிர் மேகமானது தூசு, ஆடைகளில் உள்ள துகள்கள் மற்றும் நம் உடலில் உள்ள துகள்கள் என மூன்று விதமான பொருட்களால் ஆனது என்ற உண்மையும் கண்டறியப்பட்டுள்ளது குறிப்பிடத்தக்கது.

ஒவ்வொரு மனிதனுடைய நுண்ணுயிர் மேகங்களின் தனித்தன்மையை பரிசோதிக்க ஆய்வில் பங்கு பெற்றவர்கள் கிருமிகள் அற்ற ஒரு அறைக்குள் நான்கு மணி நேரம் உட்கார வைக்கப்பட்டார்கள். பின்னர் ஒவ்வொருவருடைய நுண்ணுயிர் மேகத்திலுள்ள நுண்ணுயிர்கள் சேகரிக்கப்பட்டு மரபு ரீதியாக ஆய்வு செய்யப்பட்டது.

ஆய்வின் முடிவில் மனிதர்களுடைய நுண்ணுயிர் மேகங்களில் பொதுவாக மூன்று நுண்ணுயிர்கள் இருப்பதும், அவை வாயிலுள்ள ஸ்ட்ரெப்டோகாக்கஸ் மற்றும் தோலில் உள்ள காரிணி பாக்டீரியம் மற்றும் ப்ரோபியோனி பாக்டீரியம் என்பதும் கண்டறியப்பட்டது.

இதைத் தொடர்ந்து ஒருவருடைய நுண்ணுயிர் மேகத்தை வைத்து அவரை அடையாளம் கண்டுகொள்ள முடியுமா என்பதும் பரிசோதிக்கப்பட்டது. இதற்காக எட்டு புதிய தன்னார்வலர்கள் கிருமிகள் அற்ற ஒரு அறையில் சுமார் 90 நிமிடங்கள் உட்கார வைக்கப்பட்டு, பின்னர் அவர்கள் சிந்திய நுண்ணுயிர்கள் பரிசோதிக்கப்பட்டன.

இந்தப் பரிசோதனையில் ஒவ்வொரு மனிதனும் ஒரு தனித்துவமான நுண்ணுயிர் சுவையை சிந்துகிறான் என்பதும்

அதனை வைத்து அந்த மனிதனை அடையாளம் கண்டறிய முடியும் என்ற மிகவும் ஆச்சர்யமான அறிவியல் உண்மை வெளிச்சத்துக்கு வந்துள்ளது.

கொசுக்கள்

எவ்வளவு தான் விஞ்ஞானம் வளர்ந்தாலும் மனிதன் கொசுக்கடிக்கு பயந்து தன்னைச் சிறை பிடித்துக் கொள்ளும் நிலையில் தான் இருக்கிறார்கள். கொசுக்கள் மனிதனின் இரத்தத்தை உறிஞ்சுவதோடு நின்று விடாமல் பல நோய்களையும் பரப்புகின்றன.

சிக்குன்குனியா, மலேரியா, யானைக்கால் பைலேரியா போன்ற நோய்களுக்கு காரணம் கொசுக்கள் தான். கொசுக்கள் பரவும் முறையையும் ஒழிக்கும் முறையைப் பற்றியும் ஓரளவு தெரிந்து கொண்டுள்ளோம். கொசுக்கள் பற்றிய அடிப்படை அறிவையும், அனுபவ அறிவையும் ஒவ்வொரு மனிதனும் பெற்றிருக்கிற, பெற்றுக்கொண்டிருக்கின்ற காலம் இது.

கொசுக்களில் 1700 வகைகள் உண்டு. கொசுக்கடி என்கிறோம். உண்மையில் கொசுக்களுக்குப் பற்களே கிடையாது. ரத்தத்தை உறிஞ்சுவதற்காக ஊசிகளை போன்ற ஆறு குழாய்களை அவைகள் வைத்திருக்கின்றன. இவற்றை ஒட்டுமொத்தமாக தோலுக்குள்ளே செலுத்தி ரத்தத்தை உறிஞ்சிக் கொள்கிறது. ரத்தம் உறைந்து போகாமல் இருக்க ஒருவித கெமிக்கலை உள்ளே செலுத்துகிறது. அது ரத்தத்துடன் கலக்கிறது. உடனே நாம் சொறியத் தொடங்குகிறோம்.

ஆண் கொசுக்கள் எல்லாம் பரம சாது. மனிதன் இருக்கும் திசைப் பக்கமே வராது. பெண் கொசுக்கள் தான் ரத்தத்தை உறிஞ்சும் நம்மைக் கடித்து நமக்கு நோயைப் பரப்புகின்ற அனைத்தும் செய்வது பெண் கொசுக்களே. பெண் கொசுக்களுக்குத் தான் மனித ரத்தம் உணவாகிறது. அப்படி என்றால் ஆண் கொசுக்களுக்கு எது உணவு?

புல், தழை, பூக்களில் இருக்கும் தேன், தாவரங்களின் உடலில் உள்ள சாறு இவைகள் தான் ஆண் கொசுக்களின் முக்கிய உணவு பொதுவாக கழிவுநீர் குட்டைகளிலும்,

சாக்கடை நீரிலும், கொசுக்கள் வளருவதைப் போல, செடி கொடிகள் மண்டியுள்ள இடங்களிலும் கொசுத்தொல்லை மிக அதிகம் செடிகளில் குறிப்பாக வேலிக் கருவை போன்ற செடிகளின் சாற்றை உறிஞ்ச ஆண் கொசுக்கள் அதிகம் வரும் வேலிக் கருவையின் சாறு, ஆண் கொசுக்களின் இனிய உணவு. இந்த ஆண் கொசுக்களைத் தேடி பெண் கொசுக்களும் அங்கு வந்து சேரும். பின்னர் அதன் அருகே வசிக்கும் மனிதர்களை இம்சை செய்ய பெண் கொசுக்கள் படை எடுத்து வரும். இதற்காகவோ சிலர் வீட்டின் அருகே உள்ள வேலிக்கருவைச் செடிகளை அழித்து விடுவார்கள்.

சரி பெண்கொசுக்களுக்கு மட்டும் ஏன் மனித ரத்தம் உணவாகத் தேவைப்படுகிறது? எல்லாம் இனப்பெருக்கத்திற்குதான் பெண் கொசுக்கள் முட்டைகளைப் பொறிக்க ரத்தம் மிகவும் தேவை. ஆண் கொசுவிடம் உடலுறவு முடித்துக் கொண்ட பெண் கொசு நேராக மனிதனை தேடி வந்து விடுகிறது. கருவுற்று, பின் முட்டையிடும் வேலை செய்வதால் அதிகமான அளவில் புரதமும், உப்புச் சத்துக்களும் பெண் கொசுவுக்கு தேவை. இந்த சத்துக்கள் மனித ரத்தத்திலே இருக்கின்றன. கொசு மனிதனைக் கடிக்கும். நம்மை இம்சிப்பது மட்டுமல்லாமல் அதன் வம்சத்தையும் வளர்க்கிறது.

இருட்டில் ஒளிந்து கொண்டிருக்கும் மனிதனை கொசு எப்படிக் கண்டுபிடிக்கிறது என்றால் அதற்கு மனிதனின் ரத்தவாசனையும் சூடும் தெரியும். அதைக் கொண்டு தான் மனிதனை கடிக்கிறது.

கொசுவத்திச்சுரள், வில்லை போன்றவற்றால் மட்டுமே இந்தியாவில் ஆயிரக்கணக்கான கோடி ரூபாய்களுக்கு மேல் விற்பனை ஆகிறது.

ஆனாலும் என்ன?

அப்படியும் கொசுக்கடியிருந்து மனிதன் முழுமையாக விடுபடவில்லை.

இந்த குறிப்பின் மூலம் நாம் அறிவது

புல், தழை இவைகளை அவ்வப்பொழுது அகற்றி நாம் சுத்தம் செய்ய வேண்டும். கழிவுநீர் தேங்காமல் பார்த்துக் கொள்ள வேண்டும். ஆண் கொசுக்களின் இனிய உணவான வேலிக்கருவை செடிகளை அழிக்க வேண்டும். ஆண் கொசுவின் முக்கியமான இனிய உணவு வேலிக்கருவையின் சாறு, புல், தழை, பூக்களில் இருக்கும் தேன் என்பதை உணர்கின்றோம்.

எந்தவொரு சம்சமும் அழிய வேண்டும் என்று நாம் இதுநாள் வரை எண்ணியதில்லை. ஆனால் நம் வம்சத்தை படாதபாடு படுத்தும் கொசுவடின் வம்சம் அளவுக்கதிமாக பெருகாமல் பார்த்துக் கொள்ள வேண்டும் அடியோடு அழிய வேண்டும் என்று எண்ண நம் மனம் மறுக்கிறது. பகைவனையும் மன்னித்து அருள்வாய் நெஞ்சே பராபரம என்று நமக்கு சான்றோர் பெருமக்கள் அறிவுறுத்தியுள்ளனர். அவ்வாறு பகைவனை மன்னித்து ஏற்றுக்கொள்வது என்பது அவ்வளவு எளதான காரியம் அல்ல. அதற்கு நூல்களின் துணை நமக்கு பெரிதும் தேவைப்படுகின்றது. சான்றோர் பெருமக்களின் சொற்பொழிவுகள் நமக்கு தேவைப்படுகின்றது.

இவ்வுலகில் பிறந்த ஒவ்வொரு உயிரினமும் மனிதனுடன் ஏதோ ஒரு வகையில் பின்னிப் பிணைந்திருக்கின்றன. மனிதன் எந்த உயிரினத்தை அழிக்க வேண்டும் என்று மனதில் எண்ணி செயல்பட்டாலும் அவன் தானும் அழிந்து போவான் என்பது தான் உண்மை.

பூச்சிகள்

சில பூச்சி இனங்கள் பயிர்களைச் சேதப்படுத்தக் கூடும். ஆனால் பூச்சிகளைக் கட்டுப்படுத்த பூச்சிக் கொல்லிகளைப் பயன்படுத்தும் பொழுது இயற்கைச் சூழலுக்கு நாம் மிகுந்த தீமைகளை ஏற்படுத்துகிறோம். உதாரணமாக வண்டுகளைக் கொல்ல பூச்சிக் கொல்லிகளை பயன்படுத்தும் போது அவைகள் நன்மை தரும் பூச்சிகளையும் கொல்லுகின்றன. காற்றையும், மண்ணையும் நஞ்சாக்குகின்றன.

பூச்சிக்கொல்லி தெளிக்கப்பட்ட பயிர்களை விலங்கினங்கள் மேயும் போது ஒட்டு மொத்த உணவுச் சங்கிலியும் நஞ்சாகிறது.

சரி வேறு என்ன தான் செய்வது? பூச்சிகளை கட்டுப்படுத்த இயற்கையான வழிமுறை இருக்கின்றதா?

அதற்கு இயற்கை உயிரி கட்டுப்பாட்டு முறை என்று பெயர் இம்முறையில் பயிர்களும் நன்மை தரும் பூச்சியினங்களுமே பூச்சித் தடுப்புக்கு பயன்படுத்தப்படுகின்றன. உதாரணமாக தேங்கிய நீரில் உள்ள கொசு லார்வாக்க கம்ப்பூசிபர்ல் மீன்கள் விரும்பிச் சாப்பிடுகின்றன. எனவே ஒரு குட்டையில் கொசு பெருகுவதைத் தடுக்க டிடிடி மருந்து தெளிப்பதை விட சில கம்ப்பூசியர் மீன்களை விடுவது நல்லது.

தோட்டங்களில் காணப்படும் சிவப்பு புள்ளிகளுடன் கூடிய கறுப்பு வண்டும், தோட்டக்காரர்களின் நண்பன் தான். இவை தீமை செய்யும் பல பூச்சி இனங்களை சாப்பிட்டு தோட்டத்தை தூய்மையாக வைத்திருக்கின்றன.

சிறுவர், சிறுமியர் சாதாரணமாகப் பிடித்து விளையாடுவார்களே தட்டாம் பூச்சிகள் அவைகளும் மனிதர்களுக்கு நன்மை செய்கின்றன தெரியுமா? அவை கொசுக்களை விரும்பி சாப்பிடும்

ஒரு தோட்டத்தில் பல்லிகள், தவளைகள் அரணை போன்றவை இருந்தால் அங்கு பூச்சிகளின் தொல்லை குறைவாகவே இருக்கும்.

தேடல்கள் விரிவுபடுத்துவோம்

கொசுவைப் பற்றிய தேடல்களை நாம் அதிகப்படுத்தும் பொழுது தான் குட்டையில் தேங்கியுள்ள கொசு லார்வாக்களை கம்ப்பூசியர் மீன்கள் விரும்பி சாப்பிடுகின்றன என்பதனையும் தட்டாம் பூச்சிகள் கொசுக்களை விரும்பி சாப்பிடும் என்பதனையும் அறிய முடிந்தது. இதை அறிந்து மனதிற்கு மிகுந்த ஆறுதலைத் தருகிறது.

ராக்கெட்டில் பயணம் செய்த நாய் லைகர்

விஞ்ஞானிகள் முதன்முதலில் செய்யும் எந்த ஒரு ஆராய்ச்சி முடிவையும் விலங்குகள் மூலமே செய்கிறார்கள்.

அதன்படி விண்வெளியில் மனிதன் தன் பிரயாணத்தைத் தொடங்குவதற்கு முன்பே நாயை ராக்கெட்டில் அனுப்பி ஆராய்ச்சி செய்தனர். அந்த வகையில் லைகா என்ற இரண்டு வயது நிரம்பிய பெண் நாய் தான் முதலில் பூமியைச் சுற்று வந்து ஒரு சகாப்தத்தை ஏற்படுத்தியது.

1957 ஆம் ஆண்டு நவம்பர் மாதம் 3ஆம் தேதி ஸ்புட்னிக் என்ற விண்கலம் ஏவப்பட்டது. அந்த விண்கலத்தில் லைகர் பயணம் செய்தது.

விண்வெளியில் பயணம் செய்யும் போது என்னென்ன பிரச்சினைகளை சந்திக்க வேண்டிவரும் என்பதை விஞ் ஞானிகள் தீவிரமாக ஆராய்ந்து வந்தார்கள். விண்ணில் இருந்து எடையில்லாத பகுதியில் பிரயாணம் செய்யும் விண்வெளி வீரருக்கு ஏற்படும் பாதிப்புகள் எப்படி இருக்கும் என்பதைக் கண்டறிய விஞ்ஞானிகள் குழம்பிப் போய் இருந்தனர். இதற்காக ரஷ்ய நாட்டைச் சேர்ந்த விண்வெளி ஆராய்ச்சியாளர்கள் லைகா என்ற நாயை விண்கலத்தில் அனுப்பி வைத்தார்கள்.

அந்த விண்கலத்தில் ஒரு குறுகலான இடத்தில் இருந்த டைக் இருக்கையோடு பெல்ட் கொண்டு அந்த நாய் இணைக்கப்பட்டு இருந்தது. நாயின் இதயத் துடிப்பு, ரத்த அழுத்தம், மனநிலை போன்ற விவரங்கள் உடனடியாக விண்வெளி ஆராய்ச்சியாளர்களுக்குக் கிடைக்க ஏற்பாடு செய்யப்பட்டிருந்தது. இதற்காக நாயின் உடலில் பல எலக்டிரானிக் கருவிகள் பொருத்தப்பட்டிருந்தன. பிளாஸ்டிக் குழாய்கள் மூலம் அந்த நாய்க்கான உணவு குறித்த நேரத்தில் திரவ வடிவத்தில் கொடுக்கப்பட்டது.

லைகா ஆரோக்கியமாக இருக்கிறது எடையில்லாத பகுதியில் பிரயாணம் செய்யும் போது அதனுடை உடல்நிலையில் எவ்வித மாற்றமும் தென்படவில்லை என்பது போன்ற மருத்துவ அறிக்கைகளை ரஷ்ய நாட்டு விஞ்ஞானிகள் ஒவ்வொரு நாள்

காலையிலும், மாலையிலும் தெரிவித்து வந்தார்கள். ஆனால் அந்த நாயை உயிருடன் மீட்டு விண்வெளியிலிருந்து பூமிக்கு கொண்டு வர எந்தவித முயற்சியும் எடுக்கப்படவில்லை. அன்றைய நாளில் விண்வெளியில் சுற்றிவரும் விண்கலத்தில் இருந்து எந்த ஒரு பொருளையும், பூமிக்கு கொண்டு வருவதற்கான தொழில் நுட்பம் கண்டுபிடிக்கப்படவில்லை.

விண்கலத்தில் இருந்த சிறிதளவு ஆக்ஸிஜனை அந்த நாய் சுவாசித்து, முடிந்தபிறகு அது மூச்சுவிட முடியாமல் இறந்து விடப்போகிறது என்று தெரிந்தும் அதைப் பற்றி ரஷ்யா கவலைப்படவில்லை.

உலகம் முழுவதும் இருந்து ஒரு வாயில்லா ஜீவனை நிறைய வேதனைக்கு உட்படுத்தி விண்ணில் கொல்ல திட்டமிட்டு செயல்பட்டு வந்ததாக ரஷ்யா மீது கண்டனக் குரல்கள் வந்தன.

இந்த நிலையில் ஒரு வாரத்திற்கு பிறகு இன்று காலை கொஞ்சம் கூடக் கஷ்டப்படாலம் மிகவும் அமைதியாக லைகா இறந்து விட்டது. என்று ரஷ்யா சுருக்கமான அறிக்கை வெளியிட்டது.

லைகா மறைவிற்கு ஒரு நிமிடம் மவுனமாக நின்று அஞ் சலி செய்யுங்கள் என்று பல நாடுகளில் பத்திரிக்கைகள் கேட்டுக்கொண்டன.

விண்வெளியைப் பற்றிய முக்கியத்தகவல்களைத் தெரிவித்து விட்டு லைகா நாய் தன் உயிரை அர்ப்பணித்து விட்டது.

லிகர்

கோவேறு கழுதைகளுக்குத் தனிச் சிறப்பு உண்டு. குதிரையும் கழுதையும் இணைந்தால் பிறப்பது கோவேறு கழுதை குதிரையால் செல்ல முடியாத மலைப்பாங்கான பகுதிகளுக்கும், கழுதையால் சுமக்க முடியாத பொதிகளையும் சுமந்து செல்லும் தன்மை கோவேறு கழுதைகளுக்கு உண்டு. இப்படி வெவ்வேறு வகையான விலங்குகளை இணைய வைத்து அதன் மூலம் புதிய வகை விலங்கினை உருவாக்குவது விஞ்ஞானிகளுக்கு பிடித்த ஒன்று.

அந்த வகையில் ஆண் சிங்கத்தையும் பெண் புலியையும் இணைத்து புதிய வகை விலங்கு ஒன்றை உருவாக்கி உள்ளனர். அதற்கு சிங்கத்தின் பெயரையும் புலியின் பெயரையும் சேர்த்து லிகர் (கண்ஞ்ங்ழ்) என்று பெயர் வைத்து உள்ளனர்.

லிகர் புலி சிங்கம் இரண்டின் குணங்களையும் ஒன்றாகக் கொண்டுள்ளது. மூன்று வயதிலேயே 10 அடி நீளமும் 500 கிலோ எடையும் கொண்டிருக்கும் லிகர் அசுர வேகத்தில் வளர்ந்து வருகிறது

இது தினமும் 9 கிலோ மாமிசத்தைத் தின்கிறது. மாமிசத்தை கொடுத்துக் கொண்டே இருந்தால் அது ஒரு நாளில் 45 கிலோ மாமிசத்தையும் விழுங்கி விடுமாம்.

சிங்கத்தின் நிறமும், புலி போன்ற வரிகளையும் கொண்டுள்ளது. லிகர் சிங்கங்கள் நீரைக் கண்டால் ரொம்ப தூரம் ஓடி விடும். ஆனால் லிகர் நீச்சல் குளத்தில் நன்கு நீந்துகிறது. இது மணிக்கு 50 கி.மீ வேகத்தில் ஓடுகிறது. ஆண் லிகருக்கு ஆண்மைத் தன்மை இருக்காது. பெண் லிகர்கள் மட்டுமே இன விருத்தி செய்யும் லிகர் உலகில் உள்ள சிங்கம் மற்றும் புலிகளை விடப் பெரியது.

பார்லி சூப்

பார்லி 1/4 கப்
எலுமிச்சம்பழம்–1
வெள்ளை மிளகுத்தூள் – 2 ஸ்பூன்
சீரகத்தூள் – 1 ஸ்பூன்
கொத்துமல்லி – (மேலே அலங்கரிக்க) சிறிதளவு
உப்பு – தேவையான அளவு

செய்முறை :

பார்லியை இளவறுப்பாக வறுத்துப் பொடி செய்யவும். அத்துடன் இரண்டு கப் தண்ணீர் சேர்த்து 5 நிமிடம் கொதிக்க விடவும். அடுப்பை அணைத்து வடிகட்டவும், எலுமிச்சை சாறு,

உப்பு, மிளகு, சீரகத்தூள் சேர்த்து கலந்து கொத்து மல்லி தூவி சூடாக பருகலாம்.

பிரக்கோலி பாதாம் சூப்

சிறிய பிரக்கோலி –1
உருளைக்கிழங்கு–1
வெங்காயம்–1
பால் – 1/2 கப்
வெண்ணெய் (அ) ஆலிவ் எண்ணெய் – 1 மேசைக்கரண்டி
நசுக்கிய பூண்டு – 1 மேசைக்கரண்டி
மிளகுத்தூள் – 1/2 தேக்கரண்டி
பாதாம் பருப்பு – 12
உப்பு – தேவையான அளவு

செய்முறை:

பிரக்காலியை சிறிய பூக்களாக ஆய்ந்து கழுவவும், குக்கரில் பிரக்கோலி, பாதாம் பருப்பு, தோல் சீவிய உருளைக்கிழங்கு, வெங்காயம், 2 கப் தண்ணீர் தேவையான அளவு உப்பு சேர்த்து குக்கரை மூடி 3 விசில் வரும்வரை வேகவிடவும் ஆறியதும் பாதாமை தனியே எடுத்து தோலை உரிக்கவும் வேக வைத்த பொருட்களோடு சிறிது தோலுரித்த பாதாமை சேர்த்து மிக்ஸியில் அரைக்கவும். அரைத்த விழுதுடன் பிரக்கோலி வேக வைத்த தண்ணீர், பால் உப்பு சேர்த்து கொதிக்க வைக்கவும். வெண்ணெயை உருக்கி மீதமுள்ள பாதாமை பொடியாக நறுக்கி சேர்த்து சிவக்க வறுக்கவும் அதோடு நசுக்கிய பூண்டு சேர்க்கவும், வதங்கியதும் கொதிக்கும் ஆப்பில் இதை சேர்த்து மிளகுத்தூள் சேர்த்து பரிமாறலாம்.

எழுதுக இயக்கத்தில் நூல் எழுத பதிவு செய்தவர்களில் 5 பேர் கொண்ட ஒரு குழுவிற்கு ஒரு வழிகாட்டி ஆசிரியர் நியமிக்கப்பட்டிருக்கிறார்கள்.

எங்கள் குழுவிற்கு வழிகாட்டி ஆசிரியர் நூலகர் பூபதி அவர்கள் அவர் நேரு கிளை நூலகம் கோவிந்தவாடி நூலகம் மற்றும் 5 நூலகங்களில் நூலகராக பணிபுரிந்த அனுபவம் மிக்கவர். நல் நூல்கள் விருது பெற்றவர்.

எங்கள் குழுவில் கதை, கட்டுரை, சிறுகதை, சித்திரை கதை என்று எழுதி வந்தோம். காவேரிப்பாக்கம் அரசினர் மேல்நிலைப்பள்ளியில் எட்டாம் வகுப்பு பயின்று வரும் மாணவி மலர்விழி சித்திரகதை ஆர்வமுடன் எழுதி வந்தார். துரதிருஷ்டவசமாக அவருடைய தந்தை பத்து நாட்களுக்கு முன்பு மாரடைப்பால் இறந்து விட்டார். தந்தை இழந்த துக்கம் என்பது பெற்ற தாயை இழந்த துக்கத்தை விட கூடுதலானது என்பது நம் அனைவரும் உணர்வுபூர்வமாக உணர்ந்தது.

தந்தை இழந்த துக்கத்தை மனதில் தாங்கிக் கொண்டு, கண்களில் வழியும் கண்ணீரை அவ்வப்பொழுது துடைத்துக் கொண்டு, தந்தை இழந்த துக்கத்தை தாங்காமல் புலம்பும் மனதைக் கட்டுப்படுத்திக் கொண்டு இந்த சித்திரை கதை நூலை குறித்த தேதியில் முடிந்து அதனை தன் பாட்டியை துணைக்கு அழைத்து கொண்டு வந்து வழிகாட்டி ஆசிரியர் இரா.பூபதி அவர்களிடம் ஒப்படைத்திருக்கிறார். வழிகாட்டி ஆசிரியர் அவர்களும் தன்னால் முடிந்த அளவு தேறுதலும், ஆறுதலும் கூறி ஆலோசனை வழங்கி எழுத வைத்துள்ளார்.

இந்த மாணவியின் படைப்பை ஊர் போற்றும் உலகமும் போற்றும்.

www.ingramcontent.com/pod-product-compliance
Lightning Source LLC
Chambersburg PA
CBHW030405160726
47992CB00007B/2976